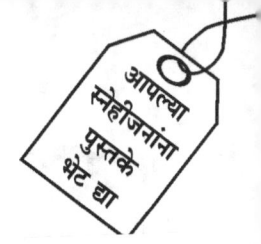

I0627778

वावरी शेंग

शंकर पाटील

मेहता पब्लिशिंग हाऊस

Please contact us at **Mehta Publishing House,** 1941, Madiwale Colony, Sadashiv Peth, Pune 411030. ✆ +91 020-24476924 / 24460313
Email : info@mehtapublishinghouse.com
production@mehtapublishinghouse.com
sales@mehtapublishinghouse.com
Website : www.mehtapublishinghouse.com

VAVARI SHENG by SHANKAR PATIL

वावरी शेंग : शंकर पाटील / कथासंग्रह

© सुरक्षित

मराठी पुस्तक प्रकाशनाचे हक्क मेहता पब्लिशिंग हाऊस, पुणे.

प्रकाशक : सुनील अनिल मेहता, मेहता पब्लिशिंग हाऊस, १९४१, सदाशिव पेठ, माडीवाले कॉलनी, पुणे - ४११०३०.

अक्षरजुळणी : वंदना घाटगे, माणिकबाग, सिंहगड रोड, पुणे - ४११०५१.

मुखपृष्ठ : देविदास पेशवे

प्रकाशनकाल : सप्टेंबर, १९६३ / फेब्रुवारी, १९८४ / डिसेंबर, २००७ / ऑगस्ट, २००८ / मे, २००९ / सप्टेंबर, २०१० / एप्रिल, २०१२ / सप्टेंबर, २०१३ / सप्टेंबर, २०१५
पुनर्मुद्रण : ऑक्टोबर, २०१७

P Book ISBN 9788177669121

E Book ISBN 9788184988499

E Books available on : play.google.com/store/books
m.dailyhunt.in/Ebooks/marathi
www.amazon.in

सन्मित्र माधव मोर्डेकर
यांस

अनुक्रमणिका

कुस्ती

बोलत बोलत दोघेही वाट कातरू लागले. चैत्री ऊन पाठीवर चणचणू लागलं. घामाच्या धारा पटक्यातनं खाली कानावर येऊ लागल्या आणि आजूबाजूची शेती जाऊन फोंडा माळ लागला. बघावं तिकडं ऊन तरंगताना दिसू लागलं. त्या धगधगत्या माळाकडं बघत एक धाप टाकून सखा म्हणाला,

"हे बघ हे आता ऊन! ह्यापाई जरा येरवाळी निगाय पायजे हुतं."

"पायजे हुतं. न्हाई निगालो."

"न्हाई निगालो न्हवंऽऽ आता गेल्या गेल्या आगुदर तोंड वल्लं कराय पायजेस."

"करू की! घेऊ सोडा-लिंबू काईतरी. काय नाबर हाय काय!"

"उगच माझ्यावरच आनि पावशेर ठेवून बोलू नगो. चल बघू काय धन लावतोस!"

...भर बारा वाजता दोघंही उनाचे तळत कोल्हापूरला आले. गार जरा एका दुकानात बसून दोघांनीही एकेक लिंबूची बाटली हाणली आणि वाळलेलं नरडं ओलं करून दोघंही मैदानाकडं निघाले... फार तर साडेबारा-एकचा सुमार असेल, पण माणसांची रीघ लागली होती. पेव फुटल्यागत माणसाला ऊत आला होता. टोळक्या-टोळक्यांनी माणसं रस्त्यानं चाललीच होती. सखा म्हणाला-

"बघ ही गर्दी!"

"माणूस मायंदाळ आलंय बाबा!"

"आलंय आनि कसलं?" असं विचारून सखा बोलला,

"रस्त्याला आसं तर मग मैदानाची तरा काय आसंल! बोलायची सोय न्हाई असं मैदान भरलं!"

"बेजान माणूस लुटलंय हं!"

"बेजान? बेहाय!! बघ पटकं! बघ शेंबलं!" असं म्हणून तोच म्हणाला,

"खुळ्या, भुलल्यागत बघत ऱ्हाऊ नको. अजून तिकिटं काढायची हैत. चल अगुदर, उचल पाय."

भराभर पाय उचलत दोघंही गडबडीनं निघाले. मैदान जवळ आलं आणि समोर एका हाताचं बोट करून दाखवत सखा म्हणाला,

"बघा गर्दी. अगा गा गा गा काय माणूस लोटलंय गा! इप्रित, इप्रित इप्रित बाबा!"

"सख्या, आता तिकीट तर मिळंल का रं?"

"काडायचंच की!"

"काय काडतोस मर्दा! बघ दंगल? अग आय आय आय आय! काय रं हे, सख्या?"

"चल. त्यातच घुसायचं."

"काय घुसतोस."

धोतर वर कमरेला खोवत सख्या म्हणाला-

"मारायची मुसांडी! पैसं मतुर संभाळ हंऽऽ"

बाळक्यानंही आपलं धोतर वर खोवलं आणि छाती करून दोघंही त्या गर्दीत घुसले.

दंगल उडाली होती. कालवा माजला होता. लोकांच्या गलबल्यानं कान बधिर होत होते. रेटारेटी सारखी सुरू होती. झुंबड उडाली होती. तोंडाला-छातीला हाताचे- कोपराचे दणके बसत होते आणि खाली पायावर कचाकच पायताणांचे-बुटांचे पाय पडत होते. मागनं ढकलल्यावर पुढं जात होते आणि पुढनं रेटल्यावर पुन्हा मागं येत होते.

तासभर अशी झोंबाझोंबी केल्यावर दोघंही तिकिटं काढून बाहेर पडले. झेंडू फुटल्यागत तोंडं घामानं डबडबली होती. पैस वाऱ्याला आल्यावर त्यांना जरा बरं वाटलं, धोतरानं तोंडावरचा घाम पुसत बाळक्या म्हणाला-

"सख्या, वेळ बरी, न्हाईतर चिंगरून मरत होतो!"

"आयला, अंगाची दैना दैना उडाली बाबा!"

हसल्यागत करून बाळक्या बोलला-

"एकाला पायाखाली चांगला तुडवला बघ! न्हाईतर कुठलं रं तिकीट मिळत होतं?"

"मी सुदिक एका दोघांना हाणलं गुडघं! एकाच्या छातीवर कोपरानं दिला दणका!"

दोघंही आपलं कौतुक आपल्याच तोंडानं सांगत राहिले आणि बाळक्या हसून म्हणाला-

"सख्याऽ ऽ"

"काय रं?"

"लेका, जरा मागं वळून बघ."

मागं वळून बघत सख्यानं विचारलं;

"कुठं रं काय?"

"लेका ऽऽ तुझ्या न्हेरू शर्टाचं दोन तुकडं झाल्यात की मागच्या अंगानं!" असं म्हणत बाळक्यानं शर्टाच्या लोंबणाऱ्या दोन बाजू दोन हातांत धरून वर उचलल्या आणि त्यांची टोकं पुढच्या अंगाला त्याच्या छातीभोवती धरत तो हसतच राहिला. हसता हसताच म्हणाला-

"धर हातात आणि चल आता."

"हातात धरू?"

"न्हाई तर घे बांधून छातीवर!"

विरस झाल्यागत सख्याचा चेहरा पडला आणि हिंगणमिठ्ठ्यानं धुतलेल्या आपल्या शर्टाकडं तो बघतच राहिला. बाळक्या म्हणला-

"आता काय बघतोस तिकडं?"

"तर काय करू!"

"चल अगुदर वर जाऊन जागा धरू."

आपल्याच विचारात असल्यागत तो बोलला-

"आयला, असा कसा खेंबारा लागला गा ह्यो!"

"तिकडं काय बघतोस मर्दा! तुझा शर्ट तर नुस्ता फाटला, पर हे बघ माझं पाय. बघ आंगठ्यातनं रगात या लागलंय. बोटांच्या चिंधड्या उडाल्यात नुसत्या!"

"असू द्या. चल."

लोक झुंडीनं वर चालले होते. मुंगीगत रीघ लागली होती. आधाराला एकमेकाचा हात धरून लोक त्या गर्दीत घुसत होते. एका बाजूच्या आडव्या लोखंडी नळ्या जागजागी पोक आल्यागत वाकड्या झाल्या होत्या आणि उभ्या नळ्या कुबाड काढून वाकल्यागत दिसत होत्या. धनगरानं मेंढरं हाकावीत तसे पोलिस हातांत छड्या घेऊन लोकांना आत ढकलत होते- एखाद-दुसऱ्याला ओढून बाहेर काढत होते. पटक्यावर, टोपीवर, पाठीवर छड्या बसत होत्या आणि मुंगीच्या पायानं रांग पुढं चालली होती. नव्या पाण्याचा मुसुंडा आल्यागत माणसं मध्येच जोर करत होती. रेटारेटी झाली की, वरनं छड्या बसत होत्या. मागनंपुढनं लोकांचे धक्के बसत होते.

असे धक्के खात खात दोघं पायऱ्या चढून वर मैदानात आले आणि खुळे होऊन बघत राहिले! ते भलं दांडगं गोलाकार मैदान जवळजवळ भरत आलं होतं आणि औरसचौरस पसरलेल्या माणसांवर नजर ठरत नव्हती! नुसता दर्या उसळला होता! रानात मेंढरं बसावीत तसा कालवा ऐकू येत होता. एकमेकाला खेटून बसलेली तळाची माणसं ठिपक्यागत दिसत होती. टिकल्या दिल्यागत जिकडं तिकडं पटके आणि टोप्या दिसत होत्या. बघावं तिकडं तांबडे, निळे, पांढरे, भगवे रंग एकमेकांत मिसळले होते. सारं मैदानच रंगीबेरंगी होऊन गेलं होतं. त्यांच्या गलबल्यानं कान किर्रर करत होते. आत माणूस तेवढंच आणि बाहेरही तेवढंच होतं. पंपानं पाणी खेचल्यागत आत येणारा मुसुंडा सारखा सुरूच होता. सारखी गर्दी लोटत होती आणि जेवढं माणूस आत येईल तेवढं गडपच होत होतं. भली पन्नास खंडीची रास खळ्यात पडावी तशी गत झाली होती. आणि त्यात दोन दाणे मिसळल्यागत हे दोघं आत शिरले होते. खुळ्या कावऱ्यागत बघत राहिले होते.

कुठं जागा धरून बसावं, कुठनं चांगलं दिसेल, ह्याचा विचार करीत ते एके जागी उभे राहिले आणि पाच मिनिटांतच आभाळ भरून यावं तशी त्यांच्या मागे येऊन गर्दी उभी राहिली. आसपासची मोकळी जागाही भरून गेली. खाली बघितलं तर पायाखालचं गवतही दिसेना झालं. अशी तऱ्हा झाली आणि बाळक्या म्हणाला-

"सख्या, आता कुठं बसायचं रं?"

"थांब की, बसू कुठं तरी."

"आपलं गावचं माणूस तरी कोण दिसतंय का रं?"

सख्या बोलला-

"शान्या! आता कुठं म्हणून बघणार त्यास्नी?"

"तोवर मागनं आरडा ऐकू आला-

"अहो पावणं, अहो ऽऽ खाली बसून घ्या- बसून घ्या."

माना वळवून दोघंही मागे बघत राहिले आणि एक चढ्या सुरातला आवाज कानावर आला-

"अरे ए ऽ ऽ पावण्यांनो, खाली बसा, खाली बसा."

त्या आवाजानंच त्यांना खाली बसवलं. गप्प बसण्याशिवाय गत्यंतरच नव्हतं. दोघंही बूड टेकून खाली बसले. डोळ्यांसमोर पटके आणि टोप्याच दिसू लागल्या. लाल मातीचा आखाडा काही नीट दिसेनासा झाला; तसा बूड टेकून असलेला बाळक्या दोन पायांवर होत समोर बघून म्हणाला-

"हितनं आता काय दिसणार गा माती!"

"मग कुठं बसू या?"

सबंध मैदानावर— भोवतीवर नजर टाकत बाळक्या म्हणाला,

"हितनं उठून दुसरीकडं जायाला जागा तर कुठं हाय?"

"मग आता गप बस तर. येरे माझ्या मागल्या आणि ताक-कण्या चांगल्या असं व्हायला नको!"

धरलेली जागा न सोडता दोघंही तिथंच बसून राहिले. उगंच गर्दीकडं बघत बसले.

घटका दोन घटकातच मैदान फुल्ल भरलं. वर आभाळ आणि खाली माणूस! दुसरं काही दिसेना झालं. कानालाही नुसता गलका ऐकू येऊ लागला. बसून-बसून अंग अवघडून आल्यागत झालं. पुढं बघून-बघून मागच्या अंगानं मानेला ओढ लागू लागली. ढुंगणावर टेकावं का पायावर भार देऊन बसावं, हे कळेना झालं. भार देऊन पायावर बसावं, तर मानेला जास्तच ओढ लागू लागली आणि सप्पय बूड टेकून बसावं तर डोळ्यांना काही दिसेनासं झालं. धड वेळही जाईना झाला आणि चैत्री ऊन वरनं विस्तू पाखडू लागलं. उनाचे चटके बसू लागले. ऊन नुसतं चाण चाण चाण करत राहिलं. घसा वाळून आला आणि सक्या म्हणाला—

"बाळक्या, तान लागली की रं."

"मग आता काय करतोस? माझं बी नरडं वाळून आलंय. सोस पडलाय बघ कवाधरनं."

"एक वाळूक तर घे खायला. त्यो बघ, वाळकं इकाय आलाय."

बाळक्याही म्हणाला—

"मार मार, हाक मार त्याला. चांगलं भलं एक वावभर वाळूक घेऊन खाऊ."

"व्हय, उगच बसायचं ते जरा तोंड हालवत तर बसू."

तोंड हालवत ते बसून राहिले. हातातल्या फाकी संपल्या आणि पुन्हा घसा कोरडा झाला. वरनं उनाचा ताव वाढू लागला आणि खाली कायली होऊ लागली. घामानं काखा सारख्या भिजू लागल्या. डोळ्यांवर उनाची तिरीप सुरू झाली आणि मागनं खडे-मातीचे ह्मंटे अंगावर येऊ लागले. आवाज येऊ लागला-

"पटकं काढा- पटकं काढा."

मागनं येणाऱ्या धोंड्याला भिऊन लोक डोक्यांचे पटके-टोप्या काढून हातात घेऊ लागले. काही लोक तसेच मुरदाड होऊन बसून राहिले. मागनं येणारा आवाज जास्तच येऊ लागला, तसे एक दोघेजण उठून उभे राहिले आणि वळून मागे बघत एकजण म्हणाला-

"अरं माणसं हैसा का कोण? का खडं माराय लागलाय?"

"पटकं काढा, पटकं काढा."

"अरं कुस्त्या तर सुरू हुद्यात की. जरा दम धरा."

आरडा अधिकच झाला आणि डोळ्यादेखत भिर्रर्रकन् एक धोंडा येऊन समोर लोकात पडला. छातीत धस्स केलं. एकाएकी माणसांचा एक थवाच्या थवा उठून

उभा राहिला. कुणीतरी एक जण ओरडलं,

"डोस्कं फुटलं, फुटलं!"

बसलेली माणसंही चटाटा उठून उभी राहू लागली. आणि गर्दी मागं रेटली. अंगावर पाय देत लोक मागे पळू लागले. झुंडीच्या झुंडी हलू लागल्या. आरडा- ओरडा सुरू झाला. आणि लाठीधारी पोलीस पळून येऊ लागले. मानेवर-खांद्यावर बकाबका बुक्क्या घालून लोकांना खाली बसवू लागले. कोण तंगड्या वर करून उताणा पडू लागला; कोण बाक्कन ढुंगणावर आदळू लागला; हुक्क भरल्यागत तोंड खाली घालून कोण पायावरच बसू लागला. एकमेकांच्या अंगावर आदळत माणसं पुन्हा थाऱ्याला लागली आणि डोक्यातनं रक्ताची धार लागलेला एक माणूस पोलिसांनी पाठीवर घालून बाहेर नेला.

पोटाजवळ पटका धरून बाळक्या म्हणाला,

"सख्या, काय धडगत बरी न्हाई गड्या."

"अरं काय भ्याचं त्यात? सोड!"

"ते न्हवं रं, जर एकांदा दगूड आला..."

"मग काय लगीच मरतोस काय दगूड लागून?"

एकवार मागे बघत बाळक्या बोलला,

"ह्यातच मरण असलं तर कोण वाचतंय खरं."

"मग झालं तर!"

"पर एकांदा दगूड लागला आणि जगलो- वाचलो तर जलमभर माझी म्हातारी मला अद्दल शिकवत बसंल! त्याचं भ्या वाटतंय, बाबा."

"आता झलंय खरं तसं, काय करायचं मग?"

"काय करायचं खरं." असं म्हणून बाळक्या चुळबूळ करू लागला. पुढं बघायचं ते मागं बघत बसला, तसा सखा म्हणाला-

"बाळक्या, लेका भीमा आलाय जणू की रं."

"आलाय? कुठं हाय?"

"जरा मान वर करून बघ ह्या अंगाला."

"कुठं रं?"

एक बोट वर करून दाखवत तो बोलला,

"ते बघ त्या मधल्या झाडावर."

"व्हय की रं! आपल्या गावाचं एक टोळकंच्या टोळकं दिसतंय की तिथं."

"व्हय, भीम्या हाय. न्हाव्याचा आप्पूबी दिसतोय. ती सारी कंपनी आलीया बघ मागनं."

बाळक्या म्हणाला,

"त्यास्नी तिकीट मिळालं नसंल गा."
"ते काय झाडाचं तिकीट काढलंय त्यांनी!"
दोघंही तोंड पसरून त्या झाडाकडं बघत राहिले.
मैदानाला लागून ओळीनं वडाची तीन उंच झाडं होती. कुस्ती बघायला माणसं त्याच्या शेंड्यावर चढून बसली होती. समोरच्या अंगाला दोन चार उंच घरं होती. त्यांच्या कौलांवरही माणूस दिसत होतं. जागा मिळेल तिथं माणूस पाय ठेवून उभं होतं.
एक देखावा बघितल्यागत करून बाळक्या म्हणाला,
"काय माणूस गा हे!"
आणि आपल्या रिकाम्या डोक्यावर एक तळहात ठेवून सख्या बोलला,
"काय ऊन रं हे! कसं डोस्कं तापलंय बघ."
आपल्याही टाळूवर हात ठेवून बाळक्या बोलला,
"आयला लोणी ठेवलं तर तूप कढंल बघ!"
आणि असं म्हणून त्यानं विचारलं,
"आता ह्या कवा कुस्त्या सुरू व्हायच्या गा?"
"बघ किती वाजलं हे तरी. इचार बघू त्या पावण्याला."
निळ्या उलनचा कोट घालून एक काळाढुस माणूस त्याच्या शेजारी बसला होता. त्याच्याकडं बघत बाळक्यानं विचारलं-
"किती वाजलं हो पावणं?"
न बोलता तो माणूस नुसता तोंडाकडं बघत राहिला आणि बाळक्यानं घड्याळाकडं बोट करून पुन्हा विचारलं, तसा तो आपल्या हातातल्या घड्याळाकडे बघून म्हणाला,
"मस्त टायम आगेत्! मूर बड्द होगेती अप्पा."
सख्याकडं तोंड फिरवून बाळक्या म्हणाला,-
"ह्यो आणि पावणा बघ कसा भेटला! काय कळलं काय तुला?"
"कारंडी हाय जणू रं." असं म्हणून त्यानं त्या पाहुण्याला विचारलं,
"काय हो पावणं, कुठलं तुम्ही? गांव कोंचं?"
"ऊरा ऽऽ?" असं विचारून तोच बोलला,
"नौर बेळगांवरी बेळगांव...म्हराटी बरुदुलरी."
"मग वाजलं किती हो?"
"इष्टु टायमा? म्हराटी बरुदुलरी ऽऽ"
"बरं बरं," असं म्हणून त्यानं त्याचा नाद सोडला आणि त्या पाहुण्यानंच विचारलं-

"इनु सुरुवात यान इल्ल! आंव पैलवानगोळ अरे यल्ल इदारुरी? अलो ऽऽ नौनं, सुम्नं बेसलाग खुंड अंतेरी! यान बेसलं अरे इदा ऽऽ सुग्न नोड्त खुंडोद..."

जवळजवळ चार वाजायला आले होते. धाकट्या जोड्याही कोण मैदानात येत नव्हत्या. ऊन तर वरनं सारखं ओतत होतं. बसून बसून पायाला मुंग्या येत होत्या. अंग सारं ताटकळून गेलं होतं आणि उगच समोर नजर लावून बघत बसायची पाळी आली होती. माश्या मारत बसावं तर माश्याही नव्हत्या. उनानं टाळकी फुटत होती आणि डोक्यावर पटका ठेवायची काही सोय नव्हती! मेंदू पातळ होत होता. लोक तसेच बोडक्यानं बसून राहिले होते, आणि खाली एका अंगानं शिट्या सुरू झाल्या आणि वर एका अंगानं आभाळ गडगडलं! आभाळ गडगडलं आणि गच्च भरलेलं सबंध मैदान हडबडलं! आधीच बसून बसून लोकांना काव आला होता. माणसं वर आभाळाकडं बघून आरडा-ओरड करू लागली. चारी अंगाने शिट्या ऐकू येऊ लागल्या. आवाज येऊ लागला,-

"कुस्त्या सुरू करा, कुस्त्या सुरू करा."

"ए ऽ ऽ ए ऽ ऽ ए ऽ ऽ" असा चौफेर आवाज उठू लागला. खाली गोमगाला सुरू झाला आणि वरनं गाड गाड गाड आवाज ऐकू आला.

चार वाजले. बिट्ट्या बिट्ट्या जोड्या मैदानात शिरल्या. त्यांच्या पकडी सुरू झाल्या आणि लोक वर तोंड करून आभाळाकडं बघत राहिले. ऊन जाऊन सावली पसरली आणि एका अंगानं वारा धावून आला. गाप गाप गाप डोळे झाकू लागले. खाली मैदान गच्च आणि वर आभाळही गच्च झालं! खालनं लोकांच्या आरोळ्या उठल्या आणि वरनं ढग गडगडले. काळजात धस्स झालं आणि आभाळ एका अंगाला लक्ककन् हाललं. काडकाड वीज कडकडली आणि लोकांच्या तोंडचं पाणी पळालं.

"सख्या, आयला पाऊस घात करतोय काय की! आयला ऐन टायमाला आला बघ."

"कुस्ती बघायला आलाय रं, त्यो कसा ऱ्हाईल?"

थर्ररकन् आभाळ थरकलं. भोवरा उठला. काळ्या आभळात एक पांढरी चपळ नागीण उभी खेळून गेल्यागत झाली आणि अधनं-मधनं नुसत्या जिभल्या चाटत राहिली. एकाएकी तिचा वेटोळा सुटून शेपटी खाली आली आणि सर्ररकन् पुन्हा वर गेली. काळ्या ढगाआड जाऊन दडून बसली. बाजूनं तोंड काढून बघणारा एक लाल इंगळागत डोळा मिटू लागला- उघडू लागला.....

"बाळक्या, लेका तुझ्या म्हातारीचा आशीर्वाद भोवला रं!"

"व्हय की. निघतानाच तिनं आडामोडा घातला!"

सबंध मैदानाचा विरस झाला होता. माणसं खवळली होती. आणि एक बहाद्दर

उठून उभा राहिला. आपल्या भगव्या फेट्याचा शेंबला एका हातानं वर धरून तो भाषण करू लागला,-

"काय खेळ मांडलाय? ठेकेदार! वर आभाळ गच्च होऊन आलंय. विजा कडाडाय लागल्यात! आधी पैली कुस्ती हुं द्या. पंजाबी येऊ द्या, पंजाबी. लोक भोलाला बघायला गोळा झाल्यात. ती उंदराची पिटुकली मागनं खेळू द्यात. आधी पंजाबी येऊ द्या. पंजाबी."

वर आभाळ थरथरलं आणि खाली लोकांनी टाळ्यांचा कडकडाट केला.

तो फेटेवाला पुन्हा छाती फुगवून बोलू लागला,-

"लोकांनी चिच्चुकं मोजलं न्हाईत. दोन-दोन, पाच-पाच, धा-धा रुपयांची तिकिटं काढून लोक बघायला आल्यात. आधी भोलाची कुस्ती सुरू होऊ द्या." आणि असं म्हणून त्यानं आरोळी ठोकली,-

"चलो, भोला मैदान में आवो!"

सगळं मैदान गरजू लागलं,

"भोला भोला!"

मैदान असं गर्जना करीत उठलं. चवताळलेले लोक आरोळ्या ठोकू लागले आणि एका अंगानं आवाज उठला,-

"बोला, छत्रपति शिवाजी महाराज की जय! बोला ऽ ऽ ऽ"

सबंध मैदानानं उठून उभं राहून साथ दिली-

"छत्रपति शिवाजी महाराज की जय!!"

पोलिसांची एक फौजच्या फौज मैदानात घुसली आणि वारा आल्यावर गवत एका अंगाला वाकावं तसं उभं मैदान बघता बघता आडवं झालं. कुणाच्या नळ्या फुटल्या, कुणाचा हात दुखावला, कुणाचा पाय मुरगळला आणि भोला येऊन मैदानात उभा राहिला. टाळ्यांचा नुसता गजर झाला! लाख चिपळ्या एकदम वाजवाव्यात तशी टाळी पडली. कोलमडलेलं मैदान उठून उभं राहिलं. मागनं ढेकळं येऊ लागली. धोंडे येऊ लागले. कशाची दाद ना फिर्याद. मागनं चंप्यावर भार देऊन आणि दुसऱ्याच्या अंगावर पालथी पडून पुढं बघू लागली.

अंगाला काव लावल्यागत गोरापान लाल दिसणारा भोला मैदानात येऊन उभा राहिला आणि दोन्ही हातांनी गळ्याजवळ उपरणं धरावं तसे हात वर करून उशी घेतल्यागत जागच्या जागीच नाचला आणि तू तू तू शिंग वाजवत मैदानात एकजण उभा राहिला. लोक खुळे होऊन बघत राहिले.

आणि दुसऱ्या अंगानं लाल जरीचा फेटा बांधलेला दख्खनचा बुरूज- विष्णू नागराळे आपले दोन्ही हात वर करून एकेका पायावर भार देत आणि तोल गेल्यागत अंग झुलवत मैदानात नाचत आला आणि काडकाड टाळी घुमली. एका

अंगानं शिंग वाजलं आणि दुसऱ्या अंगानं पर... पार... पार... पार... पार... पार... पार... पार... बँडचा आवाज आला आणि घोषणा झाली,-

"शाहूपुरी तालीम की ऽ ऽ ऽ"

"जय!!"

एकदम औट उडावा तसं मैदान गरजलं आणि सख्या गडबडीनं म्हणाला "बाळक्या बाळक्या, ते बघ लेका, म्हारा सरकार बी आलं! ते बघ लेका, गदा ठेवलीया तिकडं!"

तिकडं बघितल्यागत करून बाळक्या समोर बघत राहिला.

एक चक्कर काढल्यागत गोलाकार फिरून विष्णूनं अभिवादन केलं. पुन्हा टाळी पडली आणि दातांत धोतर धरून अंगाला हबके देत तो लांग चढवत राहिला.

"सख्या, इष्णु हाणतोय बघ कुस्ती आज."

"पर भोलाची चपळाई दांडगी हाय म्हणं रं!"

"असू द्या!"

"असू द्या काय? पैला झटकाच मारतोय बघ त्यो! वर सलामी झाली की पटात शिरतोय बघ. पट काढला की उत्ताणा!"

राग आल्यागत होऊन बाळक्या म्हणाला,

"तुझ्या आयला तुझ्या गप! पट काढतोय, बा याला पायजे त्याचा!"

"बा! आता बघतर मग!"

एक गचांडी दिल्यागत करून बाळक्या बोलला,

"त्वाँड हाय का शेतखाना? लेका, आडामोडा घालू नको असा."

दुखावलेली बचाळी धरून सख्या म्हणाला,

"त्यो अंगाला त्याल चोळतोय त्यो भोलाचा बा बघ."

"काय बघतोस त्याला! हिकडं विष्णूचा भाऊ बघ थोरला. बघ पायाला त्याल लावायला लागलाय."

सखाही म्हणाला,-

"काय बघायचं त्याला!"

"काय बघायचं?" असं म्हणून बाळक्या म्हणाला,-

"सख्या लेका, कसा भावला तयार केलाय बघ! इष्णू खाटावर झोपला तर त्यो खाटाखाली झोपतोय. सकाळी उठला की, आगुदर भावाचा लंगुटा तपासतोय म्हायती हाऽऽय? पळभर इसमत न्हाई बाबा!"

"आता बघू की रं."

"काय बघतोस? उभा रेडा असा पाय धरून वर उचलतोय!" असं म्हणून तो बोलला-

"ते बघ, ते बघ! मैदानात आला तवा कसा होता आणि आता कसा दिसतोय!"

"आता कसा दिसतोय?"

"बघ कसं अंग फुगाय लागलंय! एवढ्यात फरक पडला बघ!"

अंगावरचे कपडे काढून दोघंही पैलवान उघडे झाले. मागनं खडे येऊ लागले, धोंडे येऊ लागले आणि मैदान उठाबशा काढत राहिलं.

सखा म्हणला,

"काय दंगा रं ह्यो!"

"आणि काय पाऊस बघ की!"

"फळी धरूनच आलाय की त्याच्या आयला!"

बाळक्या वर तोंड करून बोलला,

"एक तास-घटका जरा थांब की, बाबा! तुझा आणि काय घोटाळा व्हाय लागलाय?"

तुरळक थेंब पडू लागले आणि उघड्या अंगांनी पैलवान नुसतेच आखाड्यात उभे राहिले. एकानं आवाज मारला,

"काय बघत ऱ्हायलायसा पावसाकडं? आटपा, गडबड करा. पाऊस आणि घोटाळा करंल. आधी कुस्ती सुरू होऊ द्या."

"एऽ ऽ ठेकेदार! कुस्ती सुरू करा, कुस्ती सुरू करा."

आवाजात आवाज मिसळले आणि वर गगन भेदून गेलं. तू तू तू तूऽ ऽ शिंग वाजू लागलं. पर... पार... पार... पार बँड वाजू लागला. चहूकडून आवाज उठू लागले आणि मैदानाची हाक ऐकून खुद्द छत्रपती आखाड्यात आले! हात वर करून त्यांनी लोकांना शांत केलं. त्यांनी इशारा दिला आणि पंचांनी दोन्ही पैलवानांना आणून मध्यभागी उभं केलं. ओंजळीनं त्यांच्या अंगा-खांद्यावर माती टाकली आणि मध्यभागी उभे राहून महाराजांनी विष्णूचा एक हात आपल्या हातात घेतला आणि तो भोलाच्या हाताला भिडवून ते मागे सरले. हाताला हात लागून सलामी झाली आणि वर वीज कडाडली!

दोघंही पैलवान दचकले. कडकडाट झाला आणि थेंब जोरानं येऊ लागले. वीज चमकू लागली. सलामी झाली; तरी दोघंही पैलवान हाताला हात न भिडवता लांब मागे सरून उभे राहिले. ते असे गप्प बघतच उभे राहिले आणि चवताळलेलं मैदान आरडत उठलं. एकदम कालवा सुरू झाला. शिंग वाजू लागलं. बँड ऐकू येऊ लागला. आवाजावर आवाज उठू लागले आणि न राहवून बाळक्याही कतरून ओरडला,

"अगा कुस्ती सुरू करा गा, कुस्ती सुरू करा."

"सांग तुझ्या इष्णूला."

हळी दिल्यागत बाळक्या म्हणाला,

"इष्णु, इष्णु ए ऽ ऽ ऽ क्! अगा गप्प हुबा ऱ्हाऊ नगो गाऽ ऽ ऽ"

"एऽ ऽ भोला ऽऽऽ अगा पडू द्यागा पाऊस. तुम्ही लढा लढा!"

सगळीकडून आवाज उठू लागले. वर आभाळ गडगडू लागलं. थेंब जोरानं येऊ लागले आणि दोघंही पैलवान पंचांच्या तोंडाकडं बघत गप्पच उभे राहिले.

वर आभाळानं जोर केला तसा खाली मैदानानंही जोर धरला. काही केल्या लोक ऐकेना झाले आणि थांबलेली कुस्ती पुन्हा सुरू झाली.

वरनं थेंब येत होते. खाली माती ओली झाली होती. सटासट पाय निसटत होते आणि दोन्हीही पैलवान एकमेकाला भिऊन जपून खेळत होते. नुसतं हाताला हात भिडवून आणि मस्तकाला मस्तक लावून तटवून खेळत होते. कोणाच झॅल जात नव्हतं- तुटून पडत नव्हते. पावसानं अंग भिजत होतं. खाली ओल्या-निसरड्या मातीत पाय दगा देत होते. अशीच पाच मिनिटं झाली. दहा मिनिटं झाली आणि सारं मैदान कासावीस होऊन गेलं. दंगा सुरू झाला. लोक आरडू लागले,

"अरं खेळ दावा, खेळ दावा. रेड्यागत नुसतं उभा राहू नगाऽ ऽ"

"ए भोलाऽ ऽ"

"ए इष्णूऽ ऽ अरं खेळा खेळाऽ ऽ."

विष्णूनं हाताला झोला दिला आणि अंग झटकल्यागत करून भोलानं एकाएकी झडप घातली. टुण्णकन् उडी मारून विष्णू मागे सरकला आणि टाळी पडली.

सखा बोलला,

"आता पटात घुसला हुता बघ!"

"घुसू द्या रं."

आणि एकाएकी मैदान उठून उभं राहिलं. बाळक्या एक उडी मारून म्हणाला,

"हाण विष्णूऽ ऽ उडीव भाद्दरा! है शार गब्रु"

विष्णूनं कंबर धरली होती आणि भोला खाली गेला होता. विष्णूच्या पोटाखाली सापडला होता. सारं मैदान पायावर उभं राहून विष्णूला एकेक डाव सांगत होतं. बाळक्याही म्हणला,

"अगा लांगंत हात घाल, लांगंत हात घाल."

"लांगंत बोट शिराय नको? बेडकागत फुगलाय बघ भोला कसा! भोलाची लांग हाय तीऽ ऽ!"

"खालनं हात धर आणि मानंवर दे घुटणा एऽ ऽ इष्णूऽ ऽ"

लोक विष्णूला शिकवत राहिले आणि बघता बघता पोटाखाली गेलेला भोला अंगावर बोजा घेऊन उठून उभा राहिला. टाळी कडकडली.

दोघंही पैलवान लांब झाले आणि पुन्हा हाताला हात लावून उभे राहिले. पंचांनी अंगावर माती टाकली. अंग राड झालेले पैलवान गटारात लोळून आलेल्या डुकरागत दिसू लागले. अंगाला हबके देत भोला गुलांडी दाखवू लागला आणि मागे सरताना विष्णूचा पाय निसरू लागला. आडसाटा घेऊन अंगावर आलेल्या भोलाच्या पायाला विष्णूची एक लाथ लागली आणि काडकन् भोलानं एक थप्पड दिली. एक डोळा हातात धरून विष्णू बाजूला झाला आणि आख्खं मैदान ओरडत उठलं. बाळक्याही शिव्या देऊन ओरडला,

"ए साल्या, सरळ खेळ- सरळ खेळ!"

"ह्याला काय खेळ म्हंत्यात काय रंऽ ऽ?"

पुन्हा हाताला हात भिडले. वरनं पाऊस सुरू होता, विजा चमकत होत्या. अंग भिजून चिंब झालं होतं आणि दोघंही हाताला हात लावून तटस्थ उभे होते. एकमेकावर टपल्यागत नुसते बघत राहिले होते. थांबून थांबून त्यांचा पाय तेवढा मागं-पुढं होत होता आणि हाततनं हात सोडवून घेण्याचा खेळ चालू होता. बाळक्या खच्चून आरडला,

"अगा सुपारी खेळल्यागत करू नगाऽ ऽ काय तरी जरा खेळ दावा."

"झटका करा- झटका झटकाऽ ऽ!"

"बाबांनो, पाऊस भ्या दावाय लागलाय. आटपा लौकर. वर आभाळ बघाऽ ऽ मागनं आणि लई भरून आलंय."

लोकांच्या तोंडाला असा दम नव्हता. वरनं आभाळ भरून आलं होतं आणि खाली सारं मैदान कासावीस होऊन गेलं होतं. जरा झणापन बघायला मिळेल अशी आशा धरून लोक पावसात भिजत राहिले होते. एखादी चुणूक दिसेल म्हणून डोळे वाट बघत होते. पहारा करीत राहिले होते. ऊठ-बस करून पाय मोडून आले होते. अंगाचा खुर्दा उडाला होता. ओल्या कपड्यातनं पाणी अंगात मुरत होतं; पण देहभान विसरून लोक बघत राहिले होते. आजूबाजूला मान न वोळवता लोकांच्या नजरा समोर खिळून राहिल्या होत्या आणि एकाएकी घों घोंऽ ऽ करत वारं सुटलं. वारं सुटलं. वीज लक्क केली. आणि खाली चलाखी झाली.

सबंद मैदान उठून उभं राहिलं. घों घों करत वारं मैदानात घुसलं आणि तुफान वादळ सुरू झालं. घोंऽ ऽ करून आवाज घोंगावू लागला. वर ढग गडगडू लागले आणि खालचं काही दिसेना झालं. लोक पालथे पडून बघू लागले. मागनं दगड येऊ लागले. धोंडे येऊन पडू लागले. शिंग वाजू लागलं बँडचा आवाज ऐकू येऊ लागला. धडाधड माणसं अंगावर ढासळू लागली. कचाकच अंगावर पाय पडू लागले. खांद्यावर पाठीवर बुक्क्या बसू लागल्या. सगळी दंगल उसळली. आरडाओरडा सुरू झाला. शिट्या वाजू लागल्या. शेंबले उडू लागले. खाली झणापण सुरू झाली.

आणि वादळी वाऱ्यानं दैना उडवून दिली!

झाडांना कवळा घालून वारा त्यांना गदागदा हालवत होता. पटात शिरून तंगडी वर करीत होता. लांगेत हात घालून मानेवर घुटना मारत होता आणि झाडं उलटी-पालटी होऊन अंग टाकत होती. शेंडे गदागदा हालत होते. आणि तुटलेल्या पतंगागत माणसं त्यावर अडकलेली दिसत होती.

वर ढग गडगडत होते. खाली मैदान सारखं गर्जत होतं. एका अंगाचे वड पालथे होत होते. आणि डोळे फाफाडून लोक खाली कुस्ती बघत राहिले होते.

आता डोळ्याचं पातं लवतं न लवतं इतक्यात काय घडेल, हे सांगता येत नव्हतं आणि कुणाची पापणीही हालत नव्हती!

■

करवत

भल्या सकाळी तांब्या घेऊन गेलेला भायासुतार बाहेरनं आला; तरी अजून घरातला केर निघाला नव्हता. चूल पेटली नव्हती. सारं सामसूम दिसत होतं. माजघरातलं हातरूण बघून त्याचं डोकं चक्रावलं. त्याच तावात तो सटक्यानं परड्यात गेला. आंघोळीच्या दगडावर जाऊन हांड्यातलं एक-दोन तांबे पाणी त्यानं पायांवर ओतून घेतलं. वर मानेनं आऽऽ आऽऽ करून चुळा भरल्या. खळखळा तोंड धुतलं आणि धोतराच्या सोग्यानं तोंड पुसत, नजर मागे लावून तो उभा राहिला. त्यानं तोंड पुसलं. हात-पाय कोरडे केले; तरी घरात काही हालचाल दिसेना झाली. चक्रावलेल्या भायाचं डोकं गरम झालं. तोंडावाटे ठिणग्या बाहेर पडायच्या बेतास आल्या; तसा तो पुटपुटतच घरात शिरला. थेट माजघरात जाऊन उभा राहिला.

पारुसा केर घरभर लोळत होता आणि त्याची बायको अजून अंथरुणातच होती. खालवर वाकाळ घेऊन चांगली दुमडून पडली होती. डोळे वटारून तो तिच्याकडं जरा वेळ बघत राहिला आणि भली एक हळी दिल्यागत नाव घेऊन म्हणाला,

"किस्नेऽऽ ए किस्नेऽऽ, काय ग हे?"

तोंड बाहेर न काढता वाकळातनंच ती म्हणाली,

"ओऽऽ"

"ओऽऽ काय ग? काय म्हणायचं हे! हद्द झाली बाई आता!" असं म्हणत एक एक ढेंग टाकून तो जवळ गेला आणि खस्सकन् अंगावरची वाकाळ ओढून बघत राहिला.

पदरच्या शेवटानं गच्च कपाळ बांधून पडलेली किस्ना त्या अंगावरची ह्या अंगावर होत तोंडातल्या तोंडात बोलली, "आज काय उठूनेसच वाटतंय.."

कारकार दात खात तो बोलला,

"उठूनेसच वाटतंय व्हय? वाटायचंच की ग बाई!"

"जिवाला बरंच न्हाई, काय करू मी तरी?"

हातातली वाकाळ तिच्या अंगावर टाकत तो म्हणाला,

"काय करशील ते तरी! पड बाई पड! गऽऽप पडून ऱ्हा बघ अशी. आणि एक वाकाळ आणून टाकू का अंगावर!"

त्यानं असं विचारलं आणि भुईला हाताचा रेटा दिल्यागत करून उठून बसत ती म्हणाली,

"कोण मुद्दाम करतंय व्हय! काय देवाजवळ मागून घेतलंय मी?"

"तुला मागून घ्याचं काय काराण? मी घेतलंय न्हवं मागून!"

"तुम्ही घेतलंयसा?"

"व्हय, तुला पदरात घेतलं न्हाई? रोगिस्ट बघून!" न बोलता ती नुसती तोंडाकडं बघत बसली आणि भायानं विचारलं, "का उठून बसलीस गऽऽ? खालवर घालून गप पड की."

"उटतो की, चूल पेटवितो. कुणाला सांगायचं!"

दात खाऊन भाया बोलला,

"काय उठू नगोऽऽ! काय चूल पेटवायचं कारान न्हाई बघ. तुमचं नाव घेऽऽत जातो उप्पाशी कामावर!"

"उप्पाशी का जातासा?"

"जातो नाव घेत तुमचं!"

"ते का हो?"

गारगार डोळे फिरवून तिच्याकडं बघत तो बोलला, "हातरून घालून तू पडलीयास; मग काय करू तर?"

बसल्या बसल्या कपाळाला हात लावून त्याच्याकडं बघत तिनं नाकातनं सूर काढला- "हूंऽऽ"

तोही तसाच सूर काढून म्हणला,

"हूंऽऽऽ बघ! तू एक निसकाळजी घरात हातरून घालून पडशील. तुझ्यागत मलाबी घरात बसून भागंल? लोकांचं काम धरलंय... दिस उगवायला कामावर हजर झालं पायजेच की,"

तो असा तावानं बोलला आणि मऊ आवाजात तिनं विचारलं, "च्या तर करून घेतलासा?"

"मी घेतला! तुला करून देऊ?"

"एवढी तसदी तुम्हाला कशाला देऊ? तुम्ही अजून घेतला नसला तर उठून

करून देतो की.''

''च्या व्हय?''

''व्हय.''

''पेटीव त्या च्याला!'' असं भाडकन् बोलन तो बाहेर बघत पुटपुटला, ''येळंला तुकडा मिळंना आणि त्या घोटभर ऊन पाण्याची काय काळजी हिला... थो त्यच्या!''

ती घाबरी झाली. त्याच्या तोंडाकडं बघत म्हणली, ''असं दात खाऊन काय बोलू नगाऽऽ.. राच्ची एक-दीड भाकरी हाय बुट्टीत पडलीया. म्हणून जरा कट्टाळा केला. हो तर जरा तेलचटणी घेऊन जावा, न्हाईतर तव्यावर झुणका गरगाटून देतो आत्ता.''

''का एवढी काळजी करतीस? उप्पाशी पोटानं जातो की.''

''आणि उप्पाशी का जाता हो?''

तो उसळून बोलला, ''तर काय करू म्हंतीस शानेऽऽ? तुझ्या एक-दीड भाकरीनं भागंल का मला? जीव नसल्याली मोटार, तिला ते पेट्रोल लागतंय! आम्ही इळान इळ घाम ढाळत लाकूड कापनार... तुझ्या एक-दीड भाकरीनं काय हुनार कात?''

''मग असं बोला की! आणि एक भाकरी टाकून देतो. घेऊन जावा.''

''शानेऽऽ जरा भाईर बघ. दिस उगवायला आला. आत्ता तुझी भाकरी हुनार आणि मी घेऊन जाणार व्हय? तूच खाऽऽत बस घरात!''

न बोलता ती गप आपली उठू लागली तसं भायानं विचारलं, ''काय करतीस ग?''

''उटतो की, चूल पेटवितो.''

तिच्या दंडाला धरून खाली बसवत तो म्हणाला,

''ए माझी बाई, काय एवढी तसदी घेऊ नगो. तू आपला जीव सांभाळ म्हंजे रग्गड झालं म्हणंनास.''

दंडाला धरून त्यानं तिला बसवून ठेवलं; तसा चेहरा अपराधी केल्यागत करून ती म्हणाली,

''दोनीकडं का बोलतासा असं? अंग मोडून आल्यागत झालंय. आजच्या रोज तेवढं चालवून घेशीला म्हणून पडलो हुतो...''

''चालवून घेत न्हाई व्हय?'' असं विचारून तो म्हणला, ''किस्ने, का डोस्क्याला आणि ताप देतीस आमच्या?''

''आता काय ताप दिला हो मी?''

''काय ताप दिला? थोऽऽ तुझ्या, आडाणेऽ अगऽऽ एकाला तीन-चार रोज झालं, का अंगावर काढाय लागलीयास? थोडक्यात हाय तंवर जरा कुणाचं औशीद घेऊनेस? काय कमी-जास्त झालं म्हणजे आणि कुठं निस्तारत बसू मी? औशीद घ्याय काय झालं ग तुला?''

ती विव्हळल्यागत बोलली,

"आता एवड्या तेवड्याला लगीच औशीद घेत बसू?"

"जास्त व्हायची वाट बघतीस व्हय? मला उसाभरीला नेटका बघून चटावलीयास जनू! कुठलं बळ आणू बाई? लोकांची कामं करून पोट भरावं का तुमची उसाभर करत घरात बसावं?"

तो असा तोंडाला येईल ते तडातड बोलत राहिला आणि तोंड कसनुसं करून ती म्हणाली,

"उगाच ताव काढत घरात बसू नगा. एक भाकरी हाय तेवढी घेऊन जावा आजच्या रोज."

"आग लाव त्या भाकरीला! ती घेऊन जाईन न्हाई तर उप्पाशी जाईन खरं; तू औशीद का घेतलं न्हाईस, हे सांग मला आगुदर."

"आता अंग मोडून आलंय त्यावर लगी औशीद तरी काय घ्याचं!"

"दोन लाता हाणून घ्याच्या कमरंत! म्हंजे जरा सलाम पडंल."

"मग का गप बसलायसा? उठून एक दोन तिथं चार लाता घाला आणि जावा की."

दात खाऊन त्यानं विचारलं,

"मग बरं वाटलं का न्हाई?"

"तुम्हाला तरी वाटलं का न्हाई?"

"म्हंजे लाता घालायलाच मी बसलाय म्हण! लाजमुडेऽऽ तुझ्या काळजीनं मला काय सुचंना झालंय आणि वर असं बोलतीस! अग एक दोन-चार रोज औशीद का घेत न्हाईस?"

वर बघत तिनं विचारलं,

"कुणाचं घेऊ औशीद?"

"कुणाचं घेऊ काय? बिर्नाळ्या न्हाई?"

"बिर्नाळ्या हाय की."

"मग?"

"त्यो झाडपाला देऊन बारा करनार व्हय?"

"अग मग निर्वाशाकडं जा."

"चांगलं की! चांगलं सांगता बगा."

"का ग?"

"का काय? त्यो पैसा वडायलाच बसलाय की हातांत खोरं घेऊन! ज्यास्तकमी ज्यास्तकमी व्हायचं औशीद देत बसलंकी एक म्हैनाबर!"

तिचं हे गाणं ऐकून त्याला किक्क आली. हात करून तिच्याकडं बघत तो

म्हणाला,

"तुझी सदाची बोंबच ही! तू कुणाचं ऐकून घेनारी बाई हैस?"

"काल गेलतो की निर्वाशाकडं."

"मग काय झालं?"

दोन्ही हात ओवाळून ती सांगू लागली,

"दोन पुड्या आणि बाटलीभर पानी द्याला तो रोख आदिली मागाय लागला."

"मग तशीच आलीस?"

"काय करू तर?"

"आता काय बोलायची मती हाय तुझ्याम्होरं!" असं म्हणून त्यानं विचारलं,

"पैसे मागून घ्याची हुतीस ग!"

"न्हाई घेतलं."

"थो ऽऽ त्याच्या. अग न्हाई म्हंजे काय?"

"काय मला लई आडवं लावून इचारू नगा हं." असं म्हणून ती कपाळ धरून बसली आणि तोही रागाच्या तावात उठून उभा राहात म्हणाला-

"वाहुव्वागेऽऽ ह्यला म्हणायची बायकू! सरळ इचारतोय तर वाकडं लावून बोलतीस? औशीद घे नाहीतर झिजून झिजून मर! काय जातंय माझं तरी?"

रागाच्या भरात आत-बाहेर करीत त्यानं पटका बांधला आणि भाकरी न घेताच तो कामावर निघाला. हे बघून तिनं विचारलं, "निघालासा?"

"जायला नको बाई? कोण माझा आज्जा येऊन तिथं काम करंल?"

ती विव्हळल्यागत करून म्हणाली, "मग आदिली देऊन जावा."

"आता आदिली सोड, पावली देणार न्हाई. औशीद घेऊन माझ्यावर उपकार करतीस व्हय?"

त्यानं पायांत पायताण घातलं तशी ती बोलली,

"आदिली द्या न्हाई तर सोडा खरं; पर हाय ती घरातली भाकरी तेवढी घेऊन जावा की."

"काय बाई, अन्नावर वासना व्हायली न्हाई माझी!" असं म्हणून कोपऱ्यातली करवत उचलून त्यानं खांद्यावर घेतली आणि रागारागानंच तो घराबाहेर पडला. तरातरा कासराभर चालून गेला आणि तिथनंच पुन्हा माघारी फिरत दारात येऊन म्हणाला, "किस्ने, नुसतं अंग मोडून आलंय, का आणि काय हुतंय ग?"

खाल तोंडानंच मान हालवून तिनं सांगितलं-

"का ऽ ऽ य हुत न्हाई बघा."

करवत बाहेर दारातच ठेवून तो पाय आपटत आत गेला आणि जवळ जाऊन विचारू लागला-

"दुसरं काय हुत न्हाई न्हवं? पोटाबिटात काय दुखतंय काय? व्हय?"

ती काहीच बोलली नाही तसा तो म्हणाला,

"मग, बोलायला आणि काय मान आलाय तुला? सांग की भावना तरी काय हुती?"

झटक्यानं मान वर करून ती बोलली,

"काय इचारत ऱ्हायलायसा? गप भाकरी घेऊन जावा कामावर."

"असं व्हय!" असं म्हणत त्यानं कनवटीचा एक रुपया काढून तिच्या-पुढं फेकला आणि पाठ फिरवून तो बाहेर निघाला. हळी मारून ती म्हणाली,

"अहो, हाय ती भाकरी घेऊन जावा की हो."

न बोलताच त्यानं करवत उचलून खांद्यावर घेतली आणि कराकरा दात खात तो चालू लागला. खाली बघून आपल्या तावातच निघाला.

झाप झाप दोन मैलाची वाट चालून तो लागून कापायला अड्ड्यावर आला. त्याचा साथीदार- गोपाळा अजून आला नव्हता. आडवं लाकूड टाकलेल्या खड्ड्याजवळ जाऊन तो एकटाच उभा राहिला. खांद्यावरची करवत उतरून त्यानं खाली ठेवली आणि मान वळवून मागं उगवतीकडं बघितलं. दिवस उगवून नुकता वर आला होता. मग धोतराच्या सोग्यानं त्यानं घाम पुसला आणि मुंडाशाच्या खिशातली एक विडी काढून तोंडात धरली. हाताचा आडोसा करून काडी ओढली आणि धूर फुकत तो एकटाच वाट बघत दोन पायांवर बसून राहिला.

दिवस चांगला कासराभर वर आल्यावर गोपाळा आला. शेजारीच भाकरीचं गटळं एका पोत्याखाली झाकून ठेवत भायाला म्हणाला,

"काय मिस्त्री, येरवाळी आला?"

भाक् भाक् धूर सोडत भाया बोलला-

"तुझी वाट बगत बसलोय न्हवं येरवाळी येऊन!"

"अस्सं!" असं म्हणून गोपाळा बूड टेकून बसला आणि चंची काढून हातात घेत म्हणाला,

"पान खातासा काय?"

एक झुरका घेऊन भायानं बिडी लांब फेकून दिली. आणि नाका-तोंडातनं धूर सोडत तो म्हणाला,

"भल्या गिरस्ता, दिवस उगवून कासराभर वर आलाय आणि आल्या आल्या तू आधी पान खात बसलाईस! मालक आणि आला म्हंजे ताव काढंल."

"पानबी खाऊ देत न्हाई काय?"

"खा बाबा!" असं म्हणून तो उठला आणि करवत घेऊन खड्ड्याजवळ उभा राहिला. गोपाळनं पान खाल्लं. सावकाश तंबाकू मळून तोंडात टाकली. चंची

गुंडाळली आणि एक पिंक टाकून तो खड्ड्यात उतरला. तो खाली आणि भाया वर असे दोघे मिळून करवत ओढू लागले. करवतीचं पातं सारखं वर खाली होत राहिलं. धार लागल्यागत लाकडाचा भुसा खाली गळू लागला. उघड्या पाठीवर ऊन खेळत होतं आणि भायाचे हात सारखे पुढेमागे होत होते. चीर पडून करवत आत घुसली आणि भला जंग लाकडाचा बुंधा पोटात चिरत चालला. हादऱ्यानं हालू लागला.

एकाएकी करवत थांबली. भायानं वरनं खाली बघितलं आणि गोपाळा खलनं वर बघत म्हणाला,-

"मिस्त्री, कायहो, पिस्टान इंजान सुरू केलंय काय आज?"

"काम सोडून बोलत उभा ऱ्हाऊ नको. आटीप लौकर."

कपाळाचा घाम निपटून गोपाळा बोलला,

"कुटला टाण आलाय आज? लई नेट लावलाय?"

"धर, धर करवत आधी."

"काय करवत धरतासा? थांबा जरा." असं म्हणून तो खड्ड्यातनं वर आला आणि भायानं विचारलं- "का रे?"

"चांगलं भुसकट पाडलासा की! जरा थांबा, आणि एक बार पान खातो."

हातात चंची घेऊन तो खाली बसला. एक बिडी पेटवून भाया म्हणाला- "आटीप बाबा, दाल्ला येऊन आणि इचाराय लागंल- म्हणंल काम करता का सारखं तंबाकूच खात बसतासा?"

"इचारुद्या हो!" असे म्हणत गोपाळा सावकाश पान चघळत बसला आणि लांब नजर देऊन भाया म्हणाला,- "इचारुद्या काय! आला बघ खवन्या! आता चांगली झाडपट्टी करतोय बघ!"

गडबडीनं तंबाकूची फकी मारून गोपाळा खड्ड्यात शिरला आणि मालक येऊन हजर झाला. आल्या आल्या त्यानं विचारलं, "काय मिस्त्री, आत्ता सुरू झालं काय काम?"

"ते का हो, दिवस उगवायलाच जुपी केलीया की."

"मग काय पान खात- बिडी वडत बसला होता व्हय?"

न बोलता त्यांनी पुढं बघून काम सुरू केलं आणि भायाकडं बघत मालक म्हणाला,

"ह्याच्या परास आणि कुणाला खंडून दिलं असतं तर बेस झालं असतं की! तुमच्या पाठीवर उभं ऱ्हायाला कोण ऱ्हाई म्हणून काम सोडून गोष्टी करत बसता व्हय?"

करवत सारखी वरखाली राहिली. पोटात चीर पडत चालली. खड्ड्याजवळ उभं राहून मालक थोडा वेळ बघत राहिला आणि न बोलताच निघून गेला. तोंड काळं करून मालक निघून गेला आणि दात खात भाया करवत ओढू लागला ना

बोलणं, ना भाषण, हात सारखे वरखाली होऊ लागले. चपा चपा ऊन लागू लागलं आणि अंगातनं घाम निथळू लागला..

घामाघूम झालेला गोपाळा खालनं म्हणाला,

“जरा दमानं हो, दमानं. ओ मिस्त्री ऽ ऽ” उत्तर द्यायला मेस्त्री भानावर नव्हता. लाकूड हादरत होतं. करवतीवर ध्यान ठेवून तो दात खात होता. दंडांतल्या बेडक्या आत जात होत्या; वर येत होत्या.

ऊन फिरलं. दिवस डोळ्यावर आला. न बोलता एकाएकी करवत सोडून गोपाळा गप्पच उभा राहिला. खाली बघत भायानं विचारलं,

“का रं, गोपाळा?”

वर कमरेला खोचलेलं धोतर सोडत गोपाळा एक दम घेऊन म्हणाला,-

“दिवस बघा वर. भाकरीची तरी सुध हाय का न्हाई?”

“अरं धर करवत. आणि एक घटकाभरानं सुट्टी करू म्हणं.”

“शाब्बास मिस्त्री! उपाशी पोटानं काय मरा म्हंता काय हितं?”

“अरं पर रोजचा टायम हुंद्या की.”

“झक मारला टाईम! पोटात खळगा पडलाय.”

“मालक कसा ताव काढून गेला बघितला न्हाईस?”

“त्याचं काय जातंय बोलायला? काम हुईल तेवढं थोडंच की त्याला.”

“तुला कोण बोलतंय? पर आम्हाला जोडं बसत्यात की हितं!”

“आणि लई काम केलं म्हणून कवा तोंडावरनं हात फिरीवनार हाय व्हय त्यो? काय मिस्त्री!” असं म्हणत तो वर आला आणि नेसूच्या धोतरानं घाम पुसत म्हणाला,

“चला भाकरी खायाला.”

न बोलता भाया तोंड चुकवून जरा बगलेला जाला आणि एक विडी पेटवून गप बसून राहिला.

गोपाळानं घाम पुसला आणि पोत्याखाली झाकून ठेवलेली भाकरी हातात घेऊन तो भायाकडं बघत राहिला. जवळ जात तो म्हणाला,

“का हो, बिडी वडत बसलाय?”

“जा तू, आपली भाकरी खाऊन ये जा.”

“आणि तुम्ही?”

एक झुरका मारून भाया बोलला,

“आज भाकरी आणली न्हाई गा.”

“का हो?”

“जा, भाकरी खाऊन ये जा तू आपली.”

“आणि तुम्ही उपाशीच ऱ्हाता?”

“एक मोगाभर पाणी पिऊन बसतो की गप्प.” त्यांचं बोलणं, त्याचा चेहरा बघून गोपाळा त्याच्या समोरच खाली बसला आणि खुद्कन हसून म्हणाला, “काय भांडाण करून आला काय आज?”

“कशाचं गोपाळा भांडान आणि काय!”

“वैनीनं भाकरी दिली न्हाई व्हय आज?”

“ते पडलंय हातरून धरून, त्यचं त्यला होईना झालंय; आणि कशाची भाकरी करून देणार आणि आम्ही घेऊन येनार!”

“हूं ऽऽ” असा सूर काढून गोपाळानं विचारलं,

“काय हुतंय म्हणायचं? हातरून का घातलंय?”

“काय हुतंय कुणाला दक्कल! सदा आजार हायच की!” एक सुस्कारा सोडून तो बोलला आणि गोपाळा म्हणाला,

“बरं, असू द्या चला.”

“कुठं चला?”

“माझ्यातली एक अर्धी कोर भाकरी खावा की हो.”

पोटांतली भावना उसाळी मारून वर आली आणि भाया बोलला, “गोपाळाऽ जितं खुद्द बायकूला आमच्या पोटाची काळजी न्हाई तिथं कशाची भाकरी खातोस आणि काय!’’’

अवमानलेला गोपाळा उगच लांब बघत राहिला आणि एकाएकी चेहरा हसरा करून म्हणाला,

“मिस्त्री, खुद्द बायकूला तुमच्या पोटाची काळजी न्हाई म्हणता?”

“तर काय तर मग?”

गोपाळा हसत राहिला तसं भायानं विचारलं,

“काय हसतोस मर्दा? लई आनंद हुतोय काय तुला?”

पुन्हा एकवार हसून गोपाळा म्हणाला,

“जरा मान फिरवून मागं बघा बघू.”

भाया हादरला. त्यानं चटशिरी मागे बघितलं. त्याच्या हातापायाला कापराच सुटला!

चपाचपा ऊन वरनं बडवत होतं. भूमी विस्त्याच्या खेंडागत तापली होती. आणि पाय ओढत त्याची बायको भाकरीचं एक गटळं हातांत घेऊन येताना दिसली. तिला बघून त्याची काहिलीच झाली. अंगाचा नुसता डोंब उडाला! तोंडचं पाणी पळाल्यागत तो तिच्याकडं बघत राहिला आणि न राहावून म्हणाला, “आयलाऽऽ काय म्हणायचं आतां! उनाचा रखख ह्यो असा! आणि अशा उनांत हे खुळं काय म्हणून आलं असंल? अरेऽऽ भगवाना, भोग झाला म्हणायचा ह्यो आता!”

“अहो, असं का करतासा मिस्त्री? तुम्ही भाकरी न घेता हितं आलाय, मग

वैनीचा जीव कसा ऱ्हाईल हो?''

''तर बाबा! आम्हाला चुटपुट लावायला आली की ही ह्या अशा उनात.''

दहा कोसांची वाट चालून आल्यागत दमणूक झालेली किस्ना आली तशी एका झाडाखाली गप बसून राहिली आणि भाया तावदारून अंगावर जात म्हणाला, ''एऽऽ माझी आईऽऽ काय म्हणून ह्या अशा उनात आलीस ग तू?''

अंगावरचा पदर हालवीत ती वारा घेत बसून राहिली आणि तिला नीट न्याहाळत भाया म्हणाला,

''आणि काय कमी जास्त झालं तर कसं निस्तारू गं मी?''

''काय होत न्हाई. जावा, भाकरी खाऊन या जावा.''

''अग गप घरात पडूने होतीस काय? का गिळाय लागलीयास मला?''

गोपाळा पुढं आला आणि भायाच्या हाताला धरून म्हणाला, ''तिथनं हितवर भाकरी आणली त्याचं कौतिक करशीला, का तडातडा बोलायच लागलायसा! मिस्त्री, लई झालं, आता भाकरी घेऊन चला गप.''

''अरं गप काय चला? तिथनं हितवर ही चालून आलीया, तेच डोस्क्यात शिरलंय माझ्या --!''

गोपाळानं विचारलं, ''मग भाकरी आणायला नको?''

''काय एवढं नडलं हुतं बाबा?''

''तर काय उप्पाशी पोटानं हितं काम करताला? तुम्ही एक करशीला, पर त्यांचा जीव कसा ऱ्हाईल?''

''अगा, लई एवढी काळजी पडली हुती तर दुसऱ्या कुणाकडं तरी भाकरी लावून द्याची रं. एवडंबी कळूने?''

उस्ऽऽ करीत त्याच्या बायकोनं विचारलं,

''कोण दुसरं घरात हाय व्हय? कुणाकडं भाकरी पोचती करू?''

त्यानं तावानं विचारलं, ''अग घरात एक कोण न्हाई हे खरं, पर भाईरचं कोण मिळालं न्हाई तुलाऽऽ?''

''कोण ईल एवढ्या लांब तुमची भाकरी पोचती करायला?''

गोपाळही बोलला- ''मिस्त्री, तुम्ही सोताला कोण वतनदार पाटील समजता, का कुलकर्णी? कोण एवढ्या आगतीनं तुमची भाकरी पोचती करील हो? चला, लई झालं. घ्या गटळं.''

भाया तसाच उभा राहिला आणि मग गोपाळानंच भाकरीचं गटळं हातात घेतलं आणि हाताला धरून तो म्हणाला,- ''चला, भाकरी खाऊन येऊ. उगा येळ का मोडता?''

''थांब जरा,'' असं म्हणून त्यानं बायकोला विचारलं,- ''पानीबिनी काय देऊ

म्हंतीस काय ग?''

''तुम्ही आगुदर भाकरी खाऊन या जावा. उनाचं आलोय, लगीच पानी आणि कशाला घोटू?''

''मग येऊ भाकरी खाऊन?''

''जावा की.''

''जरा सावलीला आडवी तरी होतीस काय? पोतं देऊ?''

''काय करायचं पोतं?'' असं म्हणून झाडाच्या बुंध्यालाच टेकल्या टेकल्या तिनं जरा पाय पसरले आणि एका अंगावर होत हाताचं उसं करून ती झाडालाच खेटून बसली.

खाली वाकून भायानं विचारलं,

''काय हुतंय गं?''

डोळे झाकून तिनं मान हालवली आणि दोघेही भाकरी खायला विहिरीवर गेले.

विहिरीत उतरून दोघांनी खळाखळा पाय धुतले, चुळा भरल्या आणि वर धावेवर येऊन दोघेही खाली बसले. गोपाळानं गटळं सोडलं आणि भायाकडं बघून तो म्हणाला,

''अहो ऽ ऽ मिस्त्री, काय बघत बसलायसा त्या झाडाकडं? गटळं सोडा की भाकरीचं.''

मान खाली घालून त्यानं गटळं सोडलं आणि हसल्यागत करून गोपाळा बोलला,

''मिस्त्री, लई बाबा वैनीवर जीव तुमचा!''

''कशाचा जीव घेऊन बसलाईस गोपाळा!'' असं म्हणून भाकरी न सोडता भाया तोंडाकडं बघत राहिला. आणि कसंनुसं हसून म्हणाला,

''निराळं हाय जरा गोपाळा. काळजी वाटती जिवाला, मागं एक ती तऱ्हा झाली! आता ताक फुकून प्याला नको? ऊन ह्या तऱ्हेचं!...''

''बरं, आता भाकरी खाता खाता बोला की.''

''गोपाळऽऽ खुळ्या कशाची भाकरी खातोस आणि काय! काय घास तरी गिळतोय म्हणतोस?'' असं बोलून पुढ्यातली भाकरी न सोडता तो त्या झाडाकडं बघत उसनला,

''असल्या ह्या उनाच्या रखखांत काय म्हणून आली असंल? हे ऊन काय तऱ्हेचं, ही कायली काय नमुन्याची...''

गोपाळा तोंडातला घास घोळवत ऐकू लागला आणि भाया बोलत राहिला...

■

रीत-रिवाज

मांदिशाचा बाबू रानात तंबाखूचा खुडा करीत बसला होता. आठ-आठ, नऊ-नऊ पानं झाडाला ठेवून शेंगा मोडण्यात तो गर्क झाला होता. खाली बघून आपलं काम करीत होता. आणि एकाएकी बांधावरनं हळी आली- ''बाबू, बाबू ऽऽ''

हातातलं काम सोडून बाबूनं चटकन वर बघितलं. मान वळवून बघतोय, तर वाड्यावरला शिपाई एक काठी घेऊन बांधाला उभा राहिलाय! त्याला बघून बाबू मनी चरकला! आपल्याच मनाला म्हणाला-

''बायला, ह्यो शिपाई आणि का आला असंल? एकाएकी वाड्यावरलं बोलावणं का यावं?''

असं मनात म्हणतच बाबू मांदिशा उठला. आणि विचार करत बांधाजवळ आला. शिपायाकडं बघून म्हणाला,

''का गा गोपाळा, काय भानगड?'' हातातल्या काठीवर हनुवटी टेकवून गोपाळा बोलला,

''बाकीची भानगड काय मला म्हाईत न्हाई. असशील तसा लगोलाग तुला घेऊन याला सांगितलंय.''

बाबू गांगरलाच! एकवार खाकरून त्यानं विचारलं,

''म्हंजे पाटलांनी बोलीवलंय व्हय!'' गोपाळा हसून म्हणाला -

''मग काय माझ्या बानं लावून दिलंय काय मला?''

''तसं न्हवं-''

''बोलत बसू नगो, आटीप.''

गोपाळानं तसा तगादा लावला. आणि एकाएकी वाड्यावरचं बोलावणं का

यावं हे न कळून हडबडलेला बाबू खुळ्यागत तोंडाकडंच बघत राहिला. गोपाळानं विचारलं,

"तुला आटीप म्हटल्यावर आणि तोंडाकडं काय बघत ऱ्हायलास रं?"

गोपाळा काही थांगपत्ता लागू देईना झाला. त्यानं नुसता तगादा तेवढा सुरू केला. आणि बाबू मांदिशाचं हातपायच उरावर आल्यागत झालं! वर खोवलेलं धोतर खाली सोडून उभं न राहता, त्या बांधालाच त्यानं खाली बैठक मारली. आणि कमरेचा बटवा काढून हातात घेतला. गोपाळा उगाच बघत राहिला होता. आणि हात पुढं काढून बाबू म्हणाला,

"घ्या, तंबाखू घ्या."

तसा गोपाळा तावला. आवाज चढवून म्हणाला,

"तुला लगोलग चल म्हंतोय, तर तू आपली मांडी घालून बसाय लागलायस व्हय हितं? म्हंजे येळ लागला, तर तुज्यासंग आमालाबी चार जोडं मिळावंत म्हंतोस काय?"

गोपाळच्या रागाचा पारा चढलेला बघून, हातात काढून घेतलेला बटवा, तंबाखू न खाताच त्यानं कमरेला खोचला. आणि कसाबसा उठून उभा राहत तो म्हणाला,

"त्या झाडाखाली पैरण काढून ठेवल्याली हाय. ती तरी अंगात घालू का नगो?"

"जा, आटीप लवकर."

गोपाळनं परवानगी दिली आणि पैरण घालायला बाबू झाडाकडं निघाला. मनात येऊ लागलं— काय भानगड असंल? कसली अदावत असंल? — हाच एक विचार घोळवत बाबू झाडाखाली येऊन उभा राहिला. पैरण आणि पायताण ठेवून दिलं होतं. भाकरी खाल्लेलं फडकंही तिथंच धुऊन वाळत घातलं होतं. त्यानं दगड बाजूला केला आणि पैरण उचलून अंगात घातली. पायात पायताण घातलं. भाकरीचं फडकं गोळा करून खिशात कोंबलं आणि आता गोपाळबरोबर वाड्याकडं जायचं तर पायच उचलेना... कापरंच भरल्यागत झालं. असं घाबरणं सहाजिक होतं. आजन्मात कधी वाड्यावरचं बोलावणं आलं नव्हतं. कधी कसली भानगड नव्हती. वाड्यात जायचं तर ते वर्षातनं एकदा! तेही दसऱ्याला सोनं द्यायच्या निमित्तानं. असं एकदा सोनं द्यायला जायचं, तर वाड्यात शिरताना भीती वाटायची! पायरीवर सोनं ठेवून केव्हा एकदा तिथनं निसटीन असं व्हायचं! आणि आता शिपाई बोलवायला रानात आला म्हटल्यावर पोटात घाबरा पडेल नाहीतर काय होईल? पण आता बोलावणं आल्यावर जाणं भाग होतं. अंगात पैरण घालून तो तयार झाला. आणि चेहरा काळाठिक्कर करून तो गोपाळाला म्हणाला,

"चल बाबा."

गोपाळा खुदूकन हसला. आणि त्याच्या तोंडाकडं बघत म्हणाला,

“एवढा काय घाबरतुयास रं?”

“घाबरू नको, तर मग काय करू!”

“काय झालं घाबरायला?”

“वाड्यावरचं बोलावणं आलंय म्हंतोस...”

“म्हंतोस कसलं? मग आलंयच की!”

“म्हणून घाबरलोय बाबा!”

“असं व्हय?” असं म्हणून गोपाळा म्हणाला,

“तुला एकट्याला घेऊन यायला सांगितलं न्हाई.”

हे ऐकून, होतं नव्हतं, तेही पाणी पळाल्यागत झालं. आणि बाबू मांदिशानं विचारलं,

“आणि कुनाला घेऊन याला सांगितलंय?”

गोपाळा पुन्हा हसला आणि न बोलता त्याचा अवतार बघत उभा राहिला. विनवून विचारल्यागत हात जोडून बाबू म्हणाला,

“बाबा, काय भानगड हाय हे तरी सांग.” आणि मग गोपाळानं विचारलं,

“तुझी बैलगाडी कुठं रानात हाय का गावात?”

“गाडी जोडून कशाला रानात येऊ? काय वैरण तरी न्ह्याची हाय काय गाडीतनं? सकाळधरनं खुडा करत बसलोय.”

“बरं असू दे, चल झटक्यानं.”

पाय न उचलता बाबूनं विचारलं.

“पर बैलगाडीचं काय? तिची काय चौकशी?” गोपाळा म्हणाला,

“तुझी बैलगाडी घेऊन तुला बोलीवलंय गा.”

जरा धीर आल्यागत झाला. मगापासून पडलेलं कोडं, जरा सुटल्यागत झालं. बाबू मांदिशाची पळावू गाडी होती. जोडी नामी जमली होती! आसपासच्या दहा खेड्यांत दुसऱ्या कुणाची अशी बैलजोडीच नव्हती. जिथं शर्यतीला जावं तिथं मांदिशाच्या गाडीचा नंबर ठेवल्यासारखा येत होता! अशी त्याची ख्याती पसरलेली होती. ह्या वर्षाभरात त्यानं आपलं नाव केलं होतं. अशा ह्या बाबूला बैलगाडी घेऊन लगोलग बोलावलंय असं म्हटल्यावर त्याच्या मनात आलं— कुठं तरी झटक्यानं जायचं असंल, आणि म्हणून बोलावणं पाठवून दिलं असंल. असा अंदाज करून त्यानं विचारलं,

“कुठं परगावला जायचंय व्हय?”

“असाच काही तरी बेत दिसतोय, उशीर लावू नगोस, चल बगू.”

मनातली धास्ती गेली आणि उलट नवा हुरूप आल्यागत झाला. बैलगाड्यांना तोटा नसताना, आपल्या गाडीला बोलवायला लावून द्यावं, म्हणजे एक महत्त्व

मिळाल्यागत झालं. आणि चटाटा पाय उचलत शिपायाबरोबर बाबू गावात आला. घराकडे जाऊन त्यानं गोठ्यातले बैल सोडले. आणि पाणी प्यायलासुद्धा तो घरात न थांबता गाडी जोडून वाड्यावर आला. गाडी जाऊन दरवाज्यापुढे उभी राहती न राहती, एवढ्यात एकानं गादी गाडीत आणून पसरली. दुसऱ्यानं दोन तक्के आणले. पाठोपाठ फेटा बांधलेले पाटील अंगात खाकी कोट घालून दारात येऊन उभे राहिले. त्यांना समोर आलेलं बघून त्यानं खाली वाकून मुजरा केला आणि पाटलांनी विचारलं,

"बाबू, तारदाळला जायचं, किती येळात न्हेशील?"

बाबू गाडीपुढं जू धरून उभा राहिला होता. पाटलाचा हा सवाल ऐकून त्याला स्फुरण चढल्यागत झालं. तो जरा पुढं आला आणि एका बैलाच्या अंगावर थाप मारून म्हणाला,

"हरणं हैत धनी ह्ये! किती येळात न्हेऊ सांगा?" पाटील तोंडाकडे बघून हसले आणि बाबूला म्हणाले,

"हरणं हैत म्हणूनच तुला गाडी घेऊन बोलीवलं!"

बाबूही हसला. मग धाकटे पाटील चढून गाडीत बसले. त्याच्या मागोमाग पाटीलही गाडीत चढले. बाप-लेक असे गाडीत बसले आणि बावकडा धरून उभा राहिलेला शिपाईच बाबूला म्हणाला,

"हां, चढ आता गाडीत."

बाबू हातात कासरे धरून गाडीत बसला.

वाड्यातील सगळी माणसं दाराच्या तोंडाशी येऊन उभी राहिली होती. त्यांच्याकडे बघून पाटील म्हणाले,

"काय काळजी करत बसू नगा. बाबू मंदिशाची गाडी हाय. आता बगता बगता जाऊन पोचू आणि गेल्या गेल्या कसं हाय आणि काय हाय, हे तुमाला माघारी कळवितो. हीच गाडी माघारी येईल."

थोरल्या आई मान हलवत बाहेर आल्या आणि गाडीजवळ येऊन डोळ्याला पदर लावून म्हणाल्या,

"कसं हाय बगा, न्हाई तर लगेच कोल्हापूरला घेऊन जावा. कुचमत ठेवू नगा,"

"तुम्ही काळजी करू नका. आता काय करायचं, ते मी बगतो." असं म्हणून पाटलांनी बाबूला इशारा दिला. हातातले कासरे हलले आणि गाडी सुरू झाली. गावातून बाहेर पडेपर्यंत बाबूने कासरे ओढून धरले होते. वेस मागे पडली आणि माळवाट लागली. बाबूनं कासरे ढिले सोडले आणि शेपटीला हात लावला. त्यासरशी खोंडांनी उड्डाण घेतलं. धुरळा उडवत गाडी निघाली. रेसची घोडी

पळावीत तसे खोंड पळत होते. गाडी चौक पडली होती. पायाखालची वाट सारखी मागे पळत होती आणि खोंड पुढं धावत होते. बसलेल्या माणसांना अगीनगाडीत बसल्यागत वाटत होतं. तोंड वर करून बघावं तर रानं-माळं भोवतीनं फिरताना दिसत होती. एखादं वळण आलं, मुरा आला म्हणजे भर वेगात असलेले खोंड आवरत नव्हते आणि कासऱ्याची ओढ लागून हाताची पळकी निघत होती. मुरा ओलांडला की कासरे पुन्हा ढिले पडत होते आणि थांबलेलं वारं पुन्हा सुटावं तशी गाडी वेग घेत होती. भान विसरलेला बाबू, बैलांच्या पाठीवर पालथा पडून गाडी हाणत होता. त्यानं आपलं बूड काही खाली टेकवलं नव्हतं. एका हातानं बावकड्याचा आधार घेऊन तो असा ओणवाच उभा होता आणि तो जसा उसकेल तसे बैल उडी घेत होते. आणि बैल उडी घेतील तशी चाक हातहातभर उशी घेत होती. नुस्ती खडाडत होती! भिंगरी फिरल्यागत चाकं फिरत होती आणि वादळ सुटल्यागत धुरळा उठत होता. भुईवरनं एक विमान निघालं होतं! गाडी हाकणारा बहाद्दर बेभान झाला होता. खोंड तापले होते. त्यांचे पाय भुईला ठरत नव्हते. बाबू पालथा पडून गाडी हाणत होता आणि त्याच्या डोक्याचा पटका ठिकाणावर नव्हता. भूलच त्याला पडली होती. खुद्द गाववाले पाटील त्याच्या गाडीत बसले होते आणि आपल्या बैलाची करामत दाखवण्यात त्याची मती गुंग झाली होती. त्याला दुसरं तिसरं काहीच सुचत नव्हतं. एक दारूचा अंमल चढावा तशी त्याची अवस्था झाली होती. बाबू खुळा झाला होता. निव्वळ खुळा!

बघता बघता पाच-सहा मैलांची माळवाट संपली. मोकळा माळ मागे गेला आणि दुतर्फा शेतं असलेली गाडीवाट लागली. पायाखालची चाकोरी धड नव्हती. जागजागी खड्डे होते. चाकं हादरू लागली. गाडीचा पाळणा हिंदकळू लागला. गचागच बावकडे पाठीला बडवू लागले आणि पाटलानं इशारा दिला,

“बेतानं रं बाबा. न्हाईतर काय म्हेत्यात, त्यातली गत हुईल! लवकर जाऊन पोचायचं ऱ्हाईल बाजूला आणि वाटंतच खेळखंडोबा करून ठेवशील. जरा बेतानं हाण बेतानं!”

बाबूनं कासरे ओढून धरले आणि मागे बघून कसनुसं हसत तो म्हणाला,

“धनी, काय काळजी करू नका. जनावरं लई शानी हैत.”

“त्ये झालं रं.” असं म्हणून पाटील बोलले,

“नवी वाट हाय. एकांदा मुरा असतो, दगड लागतो. गाडी उलाटली तर काय करायचं?”

जीभ चावल्यागत करून बाबू बूड टेकवून खालीच सप्पय बसला आणि नीट पुढं ध्यान ठेवून म्हणाला,

“छे, छे. तसलं काही मनातसुदिक आणू नका सरकार. एक पालखीत

बसल्यागत निर्धास्त बसा. तुमच्या केसाला धक्का लागला तर इचारा.''

''त्ये झालं रं. मग काय इचारा? एकदा एक गोष्ट व्हायची ती झाल्यावर भरून येती? म्हणून तुला सांगितलं आपलं.''

हिरमोड झाल्यागत बाबू गप्पच झाला. न बोलता आपला गाडी हाकू लागला आणि मग पाटीलच त्याला म्हणाले,

''तुला गाडी पळवू नगो असं म्हणत न्हाई. वाट चांगली असली, काय धोका नसला म्हंजे पळव की. लवकर जाऊन पोचावं म्हणून तर मुद्दाम तुझी गाडी आणायला सांगितली.''

मूठभर मांस अंगावर आल्यागत झालं! अवघड वाट जाऊन चांगली वाट पायाखाली लागली आणि बाबूनं शेपटाला हात लावून खोंड उसकले. एका हातानं बावकडा धरून तो बैलांच्या पाठीला हात लावू लागला. खोंड उडी घेऊ लागले. चाकं हादरू लागली. पाळणा हिंदकळू लागला. कचवचत बाबूनं मागे वळून बघितलं. पाटलांनी मान हलवून सांगितलं-

''काय घाबरू नगो. पळीव तू.'' आणि एका हातानं चुटकी वाजवीत पाटील बोलले,

''लवकर पल्ला गाठायचा बग. नुस्तं उसकू नगो. हातात कोयंडा घे.''

''मारावं लागत न्हाई धनी. नुस्तं उसकलं म्हंजे त्यास्नी पुरं हाय.''

''बोलू नगो. हाण तू गाडी, हाण.''

बाबू पुन्हा पालथा पडला. वशिंड गवसून चाबकाचे तडाखे हाणले आणि विस्त्याच्या खेंडागत खोंड तापले. हरणानं उडी घ्यावी, तशी ते उडी घेऊ लागले. एक मोटार पळावी तशी गाडी पळू लागली. धूर सोडत इंजिन जावं तशी धूळ उठवत गाडी निघाली. बाबूचं भान हरपलं. आणि खण्ण् अशी धाव वाजली. एकाएकी बाबू सावध झाला आणि जाब विचारावा तसं पाटलानी विचारलं,

''काय झालं काय रं?''

''होऽऱ्या'' म्हणत त्याने कासरे ओढून धरले. गाडी आवरली. दोन्ही चाकांच्या धावेकडे नीट पारखून बघितलं आणि तो म्हणाला,

''काय न्हाई. नुसती दगडावर जरा धाव वाजली.''

''तुटली न्हाई न्हवं?''

''छे, छे. तुटंल कशी सरकार?''

''काय तरी झालं सवरलं म्हंजे आणि खोळंबा हुईल बाबा. सगळा इस्कोट होऊन बसेल!''

बाबूनं कासरे ढिले सोडले. बैल चारही पायांवर उडी घेऊ लागले. एक चेंडू उडी घेत जावा तशी गाडी पुढं निघाली आणि मागं बघून बाबू सांगू लागला,

“तसं कायसुदिक मनात आणू नका, सरकार.”

“बाबा, येळ काय सांगून येती! त्यात तुझी पळावूं गाडी. कुठं भकली-सवरली, काय करायचं!”

पाटलांच्याबरोबर मोकळ्या मनानं अघळपघळ बोलायचं म्हणजे अवघडच होतं. कारणापुरतं बोलतानासुद्धा जीव धाकधुक धाकधुक करायचा. पण, गाडी भकेलबिकेल असं पाटील म्हणाले आणि बाबू गाडी आवरून सांगू लागला,

“गाडी भकण्याचं नावच काडू नगा!”

येवढं बोलून तो थांबला नाही. त्याला डिवचल्यागत झालं होतं आणि आपल्या बैलगाडीची तारीफ करीत तो सांगू लागला,

“सरकार, ह्या जोडीनं धा शर्ती जितल्या. अजून कुठं नंबर सोडला न्हाई. आता शर्यत म्हटली म्हंजे जनावरं बेफाम होत्यात. गाड्या भकत्यात, नाना तऱ्हा होत्यात. ईस गाड्या शर्यतीला आल्या असल्या, तर निदान धा गाड्यांचा असा खेळखंडोबा होतो, पण आमच्या गाडीचं कवा असं ऐकलंयसा?”

पाटील हसून म्हणाले,

“ते काय न्हाई खरं, पर तुला आपली एक सूचना दिली.”

“तुमी अगदी निर्धास्त बसा.” आणि पाटील म्हणाले,

“वाट चांगली हाय, पळीव आता.”

पाटलांनी आज्ञा केली, बाबूनं कासरे ढिले सोडले, शेपट्यांना हात लावला. बैल उडी घेऊ लागले. वारं सुटलं आणि मावळतीकडं बघून पाटलांनी विचारलं,

“दीस बुडायला तारदाळला जाऊन पोचू का रं बाबू?”

बाबूनं दिवसाकडं बघितलं आणि हातातला कोयंडा आभाळाकडं दाखवत तो म्हणाला,

“दीस बुडूस्तर कशाला थांबायचं? दिवस असा हाय तंवरच जाऊन पोचू की.”

“मग हाण तर गाडी!”

बाबू उठून उभा राहिला. एका हातात बावकडा धरला. आणि बैलांच्या पाठीवर पालथं पडून त्यानं बैल उसकले. गाडी चौक सुटली आणि बाबू हातातला कायंडा फिरवत आरडूं लागला— तो ओरडेल तसे बैल उडी घेऊ लागले आणि भोवतालची रानमाळं फिरू लागली. बाबूनं बावकड्यावरच बूड टेकवलं. आणि एक पाय दांडीला व दुसरा पाय बावकड्याच्या खुटीला लावून त्यानं चाबकाचे दोन तडाखे लागावले आणि खोंड बेफाम झाले. चाकं भुईला ठरेना झाली. आणि मागं पळणारी वाट डोळ्यांना दिसेना झाली. नुसती वर उडालेली धूळ तेवढी दिसत होती...

दिवस असा कलला होता, आणि गाव आलं! तारदाळच होतं. बाबूनं एकदा

दिवसाकडं बघितलं एकदा गावाकडं बघितलं आणि मान वळवून पाटलाकडं बघत तो म्हणाला,

"सरकार, तारदाळ आलं की!" पाटील काही बोलले नाहीत. त्यांचा चेहरा मोहोरा सगळा बदलला होता. आपल्याच विचारात ते दंग होऊन गेले होते. त्रस्त झाले होते. उदास दिसत होते. त्यांना तिकडचा घोर लागला होता, ते तरी काय बोलणार?

...पाटलांच्या वाड्यापुढं गाडी उभी राहिली. थोरले पाटील, धाकटे पाटील दोघं काळजी करतच खाली उतरले. आणि न बोलताच वाड्यात गेले. बाबूनं गाडी सोडली. बैलाचे कासरे गाडीच्या चाकालाच गुंतवले आणि इतक्यात पाटीलच बाहेर आले आणि गाडी सोडलेली बघून ते म्हणाले,

"गाडी सोडून आता बसू नकोस. मागची माणसं वाट बघत असतील. त्यास्नी जाऊन लगेच सांगाय पायजे."

"काय सांगायचं?"

"काय काळजी करू नका, असं जाऊन सांग म्हंजे झालं."

"एवढंच सांगायचं?"

"हां, तेवढंच सांगायचं. म्हणावं, आता काळजीचं कारण न्हाई आणि दोन-चार दिवस आमी दोघंबी हितं थांबतो. काय काळजी करू नका एवढं सांग."

बाबूनं मान हलवली. तंबाखू खावी म्हणून हातात घेतलेला बटवा पुन्हा तसाच कमरेला खोचला. आणि तो उठला. चाकाला गुंतलेले बैल सोडून तो गाडी जोडू लागला. आणि पाटील म्हणाले,

"थांब जरा. आता च्या हुईल. च्या घेऊन मग जा, म्हणं. तंवर वाटल्यास बैलास्नीबी पानी दाव."

बाबू हसला. आणि गाडीचं जू उचलून बैलांच्या खांद्यावर ठेवत म्हणाला, "मालक, आता च्या पेत बसत न्हाई. तिकडं वाट बघत असतील. आईसाब काळजी करत बसलं असतील. आणि मग एक कपभर च्यासाठी हितं येळ मोडू व्हय! ह्यो च्या महत्त्वाचा का लवकर जाऊन सांगावा ह्याचं महत्त्वाचं?" असं म्हणून त्यानं बैल गाडीला जोडले. आणि हातात कासरे घेऊन एका चाकाच्या आरीवर पाय देऊन चटकन् तो वर चढून बसला. गाडी वळवून उभी केली. आणि मुजरा करून म्हणाला-

"जाऊ मालक?"

"अरं, बैलास्नी पानी तरी दावायचं होतंस? पळून पळून दमली असतील."

बाबू बोलला-

"आता पाणी दावलं, तर पोटं फुगतील. त्यास्नी पळाय याचं न्हाई. आता

गावात जाऊनच पानी दावणार.''

असं म्हणून तो परवानगीची वाट बघत राहिला. आणि मान हलवून पाटील म्हणाले-''बरं, मग जा तर आता. जसा आलास तसा जा. जरा घाईनं.''

''आता जाऊन पोचतो बगा!'' असं म्हणून बाबू निघाला. गाडी गावातनं बाहेर पडली. गाव मागं राहिलं. आणि गाडीवाट लागली. बाबूला लवकर जाऊन सांगावा द्यायचा होता. मागं लोक वाट बघत बसले होते. पाटलांनीही लवकर जायला सांगितलं होतं. केव्हा जाऊन गाव गाठू आणि वाड्यापुढं जाऊन गाडी उभी करू, असं त्याला झालं होतं. तो गाडीतून उठून उभा राहिला. आणि बैलांच्याकडं बघून म्हणाला,

''वाघांनो, कसं पळता मला बघायचं हाय! हां हां म्हंता जाऊन पोचायचं बघा. आईसाब काळजी करत बसल्या असतील. त्यांचा जीव टांगणीला लागला असंल. एक इमान सुटल्यागत सुटाय पायजे. जातावक्ति गाडीत पाटील होतं, त्यांचा धाक हुता. काय तरी हुईल सवरंल अशी मलाबी धास्ती वाटत हुती बाबांनो! आता तसली काय काळजी न्हाई. कुणाकुणाचा धाक न्हाई, बगू, उचला पाय. घ्या उड्डाण...''

बैलांनी उड्डाण घेतलं. बाबूनं वरनं कोयंड्याचे तडाखे लगावले. चाबूक कडाडला. आणि भान विसरून खोंड चौक पडले. भुईसपाट पळू लागले. भुईवरनं एक वीज जावी तसे जाऊ लागले...

कडुसं टळून अंधार पडला होता. आणि बाबूची गाडी वाड्यापुढं येऊन राहिली. गाडीचा आवाज ऐकून देवडीवरचा शिपाई दारातनं बाहेर आला. आणि बाबूच्या तोंडाकडं बघतच राहिला! बाबूनं खाली उडी टाकली. आणि शिपायाकडं बघून तो हसला. शिपाई म्हणाला,

''इतक्यांत कसा आलास रं? गेलास कवा आणि आलास कवा? आमाला वाटलं, तुला कायतरी मध्यान रात हुईल.''

बाबू म्हणाला,

''जा आधी. मी आलोय म्हणून आईसायबास्नी सांग जा.''

वर्दी द्यायला शिपाई आत गेला. आणि पाठोपाठ बाबूही आत चौकात जाऊन उभा राहिला.

आईसाहेब आतनं बाहेर आल्या. आणि बाबूला बघून त्यांनी विचारलं-

''आलास बाबा? काय सांगावा घेऊन आलास?''

बाबू म्हणाला,

''काय काळजी करू नका असं सांगितलंय.'' आणि एवढं सांगून तो गप उभा राहिला. आईसाहेबांनी पुन्हा विचारलं,

''आणि काय सांगितलं न्हाई?''

"काय काळजी करायचं कारन न्हाई, असं सांग म्हणलं. एवढंच सांगितलंय."

"त्ये न्हवं. पर आता कसं काय, काय करणार, कुठं न्याचं? हे काय बोललं का न्हाई?"

बाबू मान हलवून म्हणाला,

"त्ये काय बोललं हाईत. नुसतं काळजी करू नका एवढंच सांगितलं."

आईसाहेब त्याच्या तोंडाकडं बघत राहिल्या. आणि कपाळाला आठ्या घालून म्हणाल्या,

"त्यांनी एवढंच सांगितलंय, आणि तेवढंच सांगत तू आलास व्हय? हितनं तिथवर गेलायसा, आणि आम्ही हिकडं काळजी करत बसलोय. सांगावा घेऊन याचं तर जरा सगळं इच्चारून याचं न्हाई बाबा?"

बाबू म्हणाला,

"एवढंच जाऊन सांग असं त्यांनी सांगितलं."

"अरं, त्यांनी सांगितलं हे खरं, पर तू सांगावा घेऊन येणार हुतास. एकाला दोन गोष्टी इचारायला तुला तोंड न्हवतं? त्यांचा जीव एक सुचित नसंल. काय सांगावं, काय संवरावं हे त्यास्नी कळलं नसंल; पर तू आपुनहून इचारून हुतास कारं? सांगकाम्यागत नुसता गेलास आणि आलास व्हाय?"

एकदम आठवण झाल्यागत करून बाबू म्हणाला,

"एक चार दिवस तिकडं ऱ्हाईन, असं एक सांगाय सांगितलंय."

फाडकन् आई म्हणाल्या,

"हे सांगायचं इसरला असतास तर चाललं असतं की! त्ये लई म्हत्त्वाचं न्हवतं बाबा. काय चार दिस ऱ्हाईनात न्हाईतर, आठ दिस ऱ्हाईनात! त्यांची कोण एवडी काळजी करतं? पर जे सांगायचं ते नीट इचारून घेऊन आला न्हाईस, आणि दुसरंच सांगत बसलाईस!" बाबू कचवचल्यागत बोलला,

"गेलो, ते लगीच मागारी फिरलो."

"नाव केलंस बाबा! जरा नीट इचारून घेऊन आला असतास तर काय लई येळ मोडला असता? कशाला थांबशील तिथं तू?"

मान खाली घालून बाबू गपच उभा राहिला आणि मग आईच म्हणाल्या, "आता हितं तरी का येळ मोडतोस? मागच्या वडीनं धावत पळत आलाईस, जा, जा घरात जाऊन थंड बस, जा!" हेटावल्यागत झालेला बाबू खाल मानेनं माघारी वळला आणि वाड्याबाहेर आल्यावर बैलांकडं बघून त्यानं शेंबला डोळ्याला लावला.

■

वेचणी

काठी टेकत टेकत म्हातारा सबंध रान फिरून आला आणि धावेवरच दोन पायांवर बसून धापा टाकत म्हणाला, "बापशा, उद्याला काय जोडणी केलीया रं रानात?"

खोपीपुढं बूड टेकून गडद बसलेलं त्याचं पोरगं उठून जवळ आलं आणि समोर उभं राहून म्हणालं, "कायहो आबा, काय म्हंतासा?"

आबानं दोनदा तीनदा मान हलवली आणि तोंडानं श्वास घेत वर मान करून तो म्हणाला, "बापशा, उद्याला रानात काय जोडणी केलीयरं?"

बापशा विहिरीकडं बघून म्हणाला, "दोन चिरं भिजत्यात का बघतो. ऊसाला पानी फिरवावं म्हंतो."

म्हातारा तोंडाकडं बघत बोलला, "हीर काय कुठं पळून जात न्हाईरं आणि एक चार दिवस वड बसली तर ऊस बी काय लगीच वाळून जात न्हाई."

"मोट धरू नगो?"

"खुळ्या ऽ ऽ! चान्नं फुलल्यागत रानात कापूस फुल्लाय, त्यो येचायचा बघ आधी."

पाठ फिरवून बापशा कापसाच्या रानाकडं बघत राहिला आणि म्हाताऱ्यानं विचारलं, "काय बघतोस तिकडं? कासंतनं दूध गळल्यागत कापूस खाली गळाय लागलाय! बायका सांगून त्यो येचायचा बघ. उद्यापासून कर सुरू."

"बायका तरी गावाय पायजेत." असं तो सहज बोलायला गेला आणि म्हातारा खँस मारून म्हणाला, "काय बीनबाईचं गाव हाय काय रं?"

"ते काय न्हाई खरं."

"मग? ढुंगान धरून उगच गप रानात बसलं तर, बायका कशा गावतील

तुम्हाला? गावात जरा गरा गरा फिरून ये की. काय करतोस मग?''

''बघतो काय तरी एवस्था.''

''लई बघणार बघ! गडद डोळं झाकून रानात बसलाईस. आता उगच मी जरा रान फिरून बघून आलो म्हणून तुला सांगाय तरी आलं... असंच व्हयरं बापशा?''

खालमानेनं तो बोलला, ''बायका सांगून येतो की.''

''जा आता सांजचंच.''

''व्हय.''

''आणि उगच नावाला एक दोन बाया आणून बसवू नगो ऽ ऽ. चांगली मेंढरं बसवल्यागत एक खांड गोळा करून आण रानात. चार दिवसांत येचणी झाली पायजे बघ.''

''काय मिळतील तेवढ्या गोळा करून आणतोच की.''

''मिळत्यात. जा तू. बायकास्नी काय तोटा पडलाय? एक तिथं चार आळ्या फीर; मस्त तुझ्या मागं लागतील!'' असं म्हणून म्हाताऱ्यानं मावळतीकडं बघत म्हटलं, ''दिस बुडायला आला बघ. जा जरा गावात जाऊन ये जा. एक-दोन आळ्या हिंडून ये.''

बापशाही मावळतीकडं बघून बोलला, ''मी जाऊन येतो खरं...''

''आणि खरं-खोटं काय?''

''वैरण संपलीया. बडमातीनं जरा कडबा आणायचा हुता.''

''मग गडी कुठं गेलाय काय? तू जा बिनघोरी. मी सांगतो तुक्याला. कडबा घेऊन ईलकी त्यो.''

मग अळ्ळं टळ्ळं न करता बापशा धावेवरनं खोपीवर गेला. त्यानं धुतलेला शर्ट अंगात घातला आणि पटका बांधून दिवस मावळायला तो बाहेर पडला.

गावात जाईतोवर तिन्हीसांज होऊन कडुसं पडलं. पेठेत वर्दळ सुरू झाली होती. दुकानांपुढे गिऱ्हाईक उभं राहिलेलं दिसत होतं. सदा रानात वस्ती असलेला बापशा वर्दळ बघून जरा पेठेतच हिकडं तिकडं गुंगला आणि मग बायका सांगायला एका आळीत शिरला.

सोप्याला बसलेली गाढव्याची हिरामावशी बापशाला बघून म्हणाली, ''काहो मालक, हिकडं कुणीकडं?''

''जरा बायका बघाय आलोय.'' असं म्हणत बापशा सोप्यावर गेला आणि हिरामावीला म्हणाला, ''काय हैसा काय मोकळं?''

''काय काम काढलंय?''

''कापूस येचायचा. दुसरं काय?''

बसल्या जागी हिरामावशी गप्पच बसली; तसं बापशानं विचारलं, ''तुम्ही

आणि तुमची सून या की दोघी मिळून.''

''आलो असतो खरं-''

''खरं आणि काय त्याच्यात? याचंच.''

''सून जरा चार दिस झालं मगदुमाच्या रानात जाती आणि कालपसनं मी पटकऱ्याचं काम धरलंय.''

''असं व्हय?'' असं म्हणून तो तिलाच म्हणाला, ''मग दुसरं तर कोण मोकळं असलं तर सांगा.''

''रग्गड बायका मोकळ्या हैत. रकमा मावशीला सांगा म्हंजे ती एक चार बायका गोळा करून घेऊन ईल, आणि कोळ्याच्या आळीत जरा जावा की.''

''तिथं कुणाकडं?''

''सुब्राव म्हाताऱ्याच्या एकट्याच्या चार सुना हैत की! त्या मोकळ्याच हैत बघा. होतर त्या गुलबीला एक सांगा की.''

''कोण गुलबी?''

''अहो, न्हाई का ती बाळू जैनाच्या पडवीला येऊन ऱ्हायल्याली?''

''गुलबी?'' असं स्वत:शी बोलल्यागत तो उगच आपलं दाडवाण हातात धरून उभा राहिला. आणि हिरामावशी हसल्यागत करून म्हणाली, ''कुठली कोण येऊन ऱ्हायलीया हो ती? बाळू जैनाच्या पडवीलाच हाय बघा.''

ही कोण गुलबी, कुठली, काय हे त्याच्या ध्यानातच येईना झालं आणि हिरामावशी तर तिचं नाव घेऊन हसत राहिली. हातातलं दाडवाण सोडून तो बोलला, ''बरं येतो. बघतो कोण कोण येत्यात, काय हुतंय.'' असं म्हणून तो बाहेर पडला.

दोन घरं सोडूनच रकमामावशीचं घर होतं. घाईघाईनं तिला तेवढं चार बायका गोळा करून उद्याला यायला सांगून तो बाळू जैनाच्या घराकडं निघाला.

जैनाचं घर आलं आणि पडवीलाच एक दिवा दिसला. कोण तरी एक तरणी बाई दिवा पुढं घेऊन भाकरी खात बसलेली आढळली. बाहेरनंच तीनदा वाकून बघत बापशा जरा खाकरला, तशी नजरानजर झाली. जेवता जेवता डाव्या हातानं डोक्यावर पदर घेऊन बाहेर बघत तिनं विचारलं, ''कोण ते? कोण हो ऽ ऽ?''

बापशा जरा येडबडला आणि आत बघायचं ते बाहेर अंधाराकडं बघत बोलला, ''मी पाटलाचा बापू हाय. हिरामावशीनं सांगितलंय म्हणून आलतो.''

एक मांडी घालून जेवायला बसलेली गुलाबी दोन पायांवर बसत दिवा मोठा करून म्हणाली, ''मग भाईर का? या की आत... या की ऽ ऽ.''

मान वेळावून ती 'या की' म्हणाली आणि बापशाची छाती जरा धडधडली. पुन्हा एकवार अंधाराकडं बघून तो पुटपुटला, ''हिरामावशीनं सांगितलं...''

आपल्या दोन्ही गुडघ्यांवर हनुवटी टेकवून समोर दिव्याकडं बघत ती म्हणाली, ''या की आत.''

उरात धगधगल्यागत झालं आणि कचवतचत तो दारातनं वाकून आत गेला. घडी घालून ठेवलेल्या सतरंजीवर बूड टेकून गपगार बसला.

भांड्यात हात खळबळून खाली बघतच ती म्हणाली, ''का आलता अण्णा?''

पटक्याच्या शेमल्यानं कपाळाचा घाम पुसत तो म्हणाला, ''रानात कापूस येचायचा हाय. बाया सांगाय आलतो. हिरामावशीनं सांगितलं. म्हणून बगाय आलतो.''

''कवाला ते?''

''कवाला आणि काय? उद्याच की.'' असं म्हणून त्यानं वर बघितलं. बसल्या जागी तीनदा अंग हालवून तिनं विचारलं, ''कापूस येचायला व्हय?''

''व्हय.''

''ईन खरं, पर रान कुठंसं म्हणायचं हे?''

बापशा तिला रानाची वाट सांगत म्हणाला, ''खालच्या पांदीनं चिक्कूल तड्यापातूर याचं आणि मग तिथनं डाव्या अंगाला ल्हवारकीत घुसून थेट वर जायाचं.''

''वर कुठं?''

''गाडीवाट लागतीच की. वाटंनंच चालत फुडं याचं. शेरीचा एक मळा वलांडला म्हंजे आमच्या रानातच येतो की मग.''

''शेरीचा मळा वलांडून फुडं याचं व्हय?''

''व्हय. आम्ही हायंच की तिथं मग, रान दिसतंयच की.''

डोळ्याच्या पापण्यांची उघडझाप करत ती म्हणाला, ''तुम्ही हैसाच न्हवं तिथं?''

''व्हय, आमची वस्तीच हाय की तिथं''

''तरीच कवा गावात कुठं नदरं पडला न्हाई.''

''गावात लईसा न्हाई येत.''

पुन्हा तीनदा अंग हलवत ती बोलली, ''रानात वस्ती असल्यावर कशाला याचं?''

तो नजर लावून तिच्याकडं बघत राहिला आणि लाजल्यागत गालात हसून ती हणाली, ''मग ऊस-बीस असंल की रानात?''

''तर! औंदा एक धा एकर खोडवं हाय. हळद एक दोन एकर करतो.''

''मग हळदीत मकाबी करत असशीला की.''

''तर! त्योबी जनावरासाटणी लागतोयच की.''

ती लाज लाज लाजली आणि आपल्या दोन्ही हातांच्या तळव्यात तोंड धरून

त्याच्याकडं पाठ फिरवून म्हणाली, "हे काय बोलणं अण्णा तुमचं! मक्का काय नुसत्या जनावरापायीच करता? माणसास्नी काय नको झालाय व्हय?"

तोही हसला आणि चुळबूळ केल्यागत करून म्हणाला, "बरं मग उद्या सकाळी येणार न्हवं?"

"येतो की."

"बरं मग येऊ आता?"

"का लगी निगालासा?"

तिच्या तोंडाकडं बघत तो सांगू लागला, "आता हितनं तिथवर चालत जायाचं. उशीर व्हायचा न्हाई?"

"जाशीला, बसा! आणि कवा येणार हाय तुम्ही आमच्या घरला? च्या एक घोटभर घेऊन जावा की."

"च्या बी काय पेत न्हाई बघ. च्या न्हाई, काय न्हाई."

"हूं ऽ ऽ नुस्तं दूध म्हणा!"

"तेबी दोनी वक्ता आकडी दूध लागतं."

"हूं ऽ ऽ मग एकाला दोन म्हशी बाळगून असशीला?"

"व्हय, हैतकी दोन म्हशी."

"त्याबी जाफराबादी असतील?"

"न्हाई. गावठीच हैत आपल्या; पर दुधाला काय कमी न्हाई."

"असूं द्या."

"बरं. मग येतो." असं म्हणत तो उठला आणि दारातनं बाहेर पडत म्हणाला, "येरवाळीच याचं हं. कापसाचं काम हाय. दिस उगवायला याचं. काय?"

"येतो की येरवाळी."

"उशीर लावशील?"

"आत्ता काय करावं!" असं म्हणून ती पुन्हा लाजल्यागत करून हसली आणि पदर हिसकून तोंडावर घेत बोलली, "अहो न्हाईहो अण्णा, किती तगादा लावतासा? दिस उगवायला आलं म्हंजे झालं न्हवं? का त्याच्या आत याचं?"

बापशा हसला आणि झपाट्यानं पुढं निघाला. आपल्याच नादात तो गावाबाहेर पडला. कोळ्याच्या आळीला जायचं विसरूनच गेला! तो पांदीला लागला आणि मान डोलवत पाय उचलू लागला. ताल अंगात भरला... कडं खणखणू लागलं. ढोलकी बोलू लागली आणि अंगात लय भरलेला बापशा डफावर थाप हाणल्यागत करून चालता चालता वग म्हणू लागला-

... जिल्हा कोल्हापूर, पाटील वतनदार, एकुलतं एक पोर, त्याचा मुक्काम वस्तीवर ऽ ऽ ऽ हेऽ ऽ हेऽ ऽ हे हे हे..."

...तांबडं फुटायला बापशा जागा झाला. घाईनं एकेक काम आवरू लागला. आंघोळ-अष्टयान करून दिवस उगवायच्या आत तो तयार झाला. पटक्याची कोर काढून वाट बघत बसला.

दिवस उगवायला रकमामावशी चार बायका घेऊन वस्तीवर आली. कापसाच्या रानात जाऊन त्या कामाला लागल्या तरी बापशा आपला धावेवर बसून वाट बघू लागला. डोळे वाटेला लावून बघतच राहिला... आणि एकाएकी त्याचं चित्त कावरं बावरं झालं. शेरीचा मळा ओलांडून गुलबी वस्तीवर येताना दिसली.

बसलेला बापशा उठून उभा राहिला. अंग लचकत ती जवळ आली आणि बळेच राग काढत तो म्हणाला, ''किती येळ म्हणायचा ह्यो?''

''अगं बया, दुपार झाल्यागत कराय लागलाय की. दिवस तरी बघा की हो!''

''दिवस काय बघतीस मर्दिनी! त्या बग बायका कवाच्या काय येऊन रानात कामाला लागल्यात.''

''हूं ऽऽ राच्च्या मुक्कामालाच होत्या का काय हो हितं?''

''शानी हैस! जा आधी.''

ती थांबली आणि कंबर मोडून मागे बघत म्हणाली, ''दावायला तरी याकी. कोंची कड धरून सुरू करू?''

बापशाला आपला म्हातारा खोपीबाहेर आलेला दिसला, तसा तो मोठ्यानं ओरडून म्हणाला, ''इचारत काय उभी ऱ्हायलीयास? जा तिथं आणि रकमामावशीला इचार, म्हंजे ती सांगती बघ.''

पुन्हा लचकत मुरडत ती म्हणाला, ''रकमामावशी काय सांगती? तुम्ही या दावायला. मागनं आणि हिडिस फिडीस करायला नको.''

''आलो, हो म्होरं.'' असं म्हणून तो उभा राहिला आणि खोपीबाहेर आलेला म्हातारा आपल्या पोराला म्हणाला, ''बायका आल्या का रं?''

''त्या काय आल्यात.''

''लेका, मग तू हितं धावंवर उभा राहून काय करायला लागलाईस? आधी त्यांच्या पाठीवर उभा ऱ्हाऊन काम करून घे जा.''

''व्हय जातो की.''

''जा आधी. बायका म्हनत्यात त्यास्नी! मालक न्हाई ते बघून बसतील बोलत. त्यांच्या पाठीवर ऱ्हाऊन काम करून घ्यावं लागतं बाबा ऽऽ.'' असं म्हणत म्हातारा धावेवर येऊन उनाला बसला आणि बापशा कापसाच्या रानात जाऊन उभा राहिला. तो आल्या आल्या रकमामावशी म्हणाली, ''बापूराव, ही गुल्बी काय म्हंती बघा.''

बापशा तोंडाकडे बघत राहिला आणि रकमामावशी हात करून सांगू लागली, ''ही गुल्बी म्हंती ऽ ऽ आमचं कुणाचं काय ऐकनार न्हाई. खुद्द मालक येऊन सांगू

द्यात. मग मी कामाला सुरुवात करीन. पाय पसरून कशी बसलीया बघा.''

रकमानं असं हसून सांगितलं तशा सगळ्या बाया मागे वळून गुल्बीकडं बघत हसू लागल्या. आणि चेहरा फुरंगटल्यागत करून गुल्बी म्हणाली, ''बऱ्याच हैसा की ग कळ लावणाऱ्या! तिथनं हितवर चालून आलोय. पाय भरून आल्यागत झाला म्हणून जरा टेकलोय, तर टेकूबी दिना झालायसा की. लगेच मालकाचं भ्या दावतासा व्हय?''

''न्हाई बाई. बसून ऱ्हा!''

दुसरी एकजण खुदकन हसून बोलली, ''मालकाची परवानगी असल्यावर तुला काय ग?''

आल्या आल्या गुल्बी तशी बसून राहिली. काम न करता बाकीच्या बायकाही हसत-खिदळत राहिल्या. तसा जोर करून बापशा जवळ जात म्हणाला, ''गुलबे, गुलबे, ऊट की आता. काय थट्टामस्करी लावलीया ही! उगच खिदळत बसून वेळ मोडू नगा. न्हाईतर आबा आणि चौकशीला हितवर ईल.''

''हूं ऽ ऽ'' असं म्हणून आपल्या ऊरातच मान रूतवून ती हसत बोलली, ''सासऱ्याचं भ्या दावल्यागत सांगाय लागलाय की!''

तिच्या एकेका बोलण्याची गंमत वाटून सगळ्याच बायका खदाखदा हसत राहिल्या, तसा बापशा खाली वाकून मातीचा एक हेटा हातात घेत म्हणाला, ''गुल्बे, उठतीस का कसं?''

''आं ऽ ऽ बया, दांडगा दङ्या हाय की!'' असं म्हणत ती उठली आणि डोक्यावर गज घेतल्यागत हात वर करून विचारू लागली, ''कोंची कड धरू सांगा.''

''धर कोंचीबी खरं. आधी कामाला लाग.''

नावाला एक कड धरून ती अशी बोलतच राहिली तसा एक डोळा धावेवर बसलेल्या आपल्या म्हाताऱ्याकडं लावून, तो तगादा लावत राहिला. काम सुरू झालं आणि बोलणं वाडत चाललं... दिवस वर येऊन दुपार झाली तशी गुलबी एकाएकी थांबून म्हणाली, ''अग बयानू, तुम्हाला भूकबिक काय लागती का न्हाई?''

तिला साथ देत एकजण बोलली, ''मग मालकाला इचारून घे की सुट्टी.''

दुसरी एकजण म्हणाली, ''व्हय, सोडा म्हणावं आता जेवायला.''

''मग इचारा की ग.''

''तू इच्चार की ग.''

गुलबी वळून मागे बघत म्हणाली, ''अण्णा, आता सोडा की आम्हाला.''

बापू बोलला, ''येचा की आणि एक घटकाभर. मग जावा म्हणं जेवायला.''

एक हात हालवून सबंध तळवा गालाला लावत ती म्हणाली, ''बघा बायानू!''

''बघ तूच''

अंगाला आळोखे पिळोखे देत ती म्हणाली, "अहो अण्णा, वाकून वाकून कंबार मोडली. पोटात कावळं नाचाय लागल्यात, जेवायला तरी सोडा की जरा. अहो अण्णा ऽ ऽ ऽ"

तिची तऱ्हा, तिचं बोलणं, तिचं वागणं बघून बापशा हबकला आणि तिच्याकडे न बघता दिवसाकडं बघत म्हणाला, "बरं जावा, जेवून या जावा."

खेळ मोडून पोरं निघावीत तसं काम टाकून बायका बाहेर आल्या आणि आपापलं भाकरीचं गटळं घेऊन विहिरीकडं निघाल्या. हलगू मलगू करीत, गुलबी जरा मागे राहिली तशी पुढं गेलेली एक बाई मागे वळून बघत म्हणाली, "गुलबे, तुला काय तानभूक न्हाई काय ग? येतीस जेवायला का तिथंच बसतीस?"

बापश्याच्या अंगावर काटा उभा राहिला!... असेच दोन दिवस गेले आणि तिसऱ्या दिवशी जेवणाची सुटी झाली. भाकरी खायला बायका विहिरीकडं निघाल्या. गुलबी मागेच राहिली. जरा लांब गेल्यागत करून जवळच ऊसाच्या फडाजवळ गार सावलीला बसून राहिली.

कापसाचा ढीग राखत बसलेला बापशा विचारात पडला. धीर करून त्यानं विचारलं, "तू जेवायला गेली न्हाईस?"

"न्हाई गेलो."

छातीत धगधगल्यागत झालं. मान वळवून त्यानं आपल्या खोपीकडं बघितलं. भोवतीभर नजर टाकली आणि कुणाचा वावर नाही हे बघून त्यानं विचारलं, "का गेली न्हाईस?"

"काय जेवायचं रोज रोज?"

त्याला एक तिखट गुळणी आल्यागत झाली. आवंढा गिळून तो तिच्याकडं बघत राहिला.

दुहेरी हाडापेरांची गुलबी कापसाचं बोंड फुलावं तशी टपोरी दिसत होती. तिच्या केसाच्या दोन बटा तोंडावर लोंबत होत्या आणि डोळ्यांचे मासे कल्ले हालवीत वळवळत होते. आपल्या नाकाचा शेंडा तीन ठिकाणी मुरडत ती म्हणाली, "आज उप्पास हाय हो माझा."

आपल्या खोपीकडं आणि रानाकडं नजर फिरवत तो गप्पच बसून राहिला. आणि गार सावलीला बसलेली गुलबी चुळबूळ करत म्हणाली, "उप्पास हाय माझा. एक ऊस तर मोडून देतासा का बघा."

"द्याचा आणि काय? घे की आत जाऊन."

"घेऊ जाऊ माझ्या हातानं?"

"जा की."

"कुठला घेऊ? ह्या डवंग्यानं आणू?"

“जा आण जा.”

“ह्या डवंग्यात जातू बघा.” असं म्हणून ऊर उडवत ती फडात शिरली आणि कापरा सुटलेला बापशा ऊसाच्या फडाकडं डोळे लावून बसून राहिला.

थोड्या वेळानं ती बाहेर आली आणि वर न बघता खालमानेनंच पाटाच्या कडेला ऊस खात राहिली.

वेचणी झाली. बायका यायच्या बंद झाल्या. रानात फुललेलं चांदणं जाऊन नुसत्या पळकाट्या उभ्या राहिल्या. चुना शिंपडल्यागत पांढरं दिसणारं रान काळं दिसू लागलं. तोंडावरचा नूर गेल्यागत ते कळा खात राहिलं.

आणि एक दिवस धावेवर बसून बापशाच्या हातात चंची देत तुका म्हणाला, “काय मालक, काय इशेश?”

“काय न्हाई बा?”

तुका खुदूकन हसला आणि कापसाच्या रानाकडं बघत बोलला, “येचणी एक झाली.”

“व्हय, आटपलिकी?”

तुकानं तोंडाकडं बघत म्हटलं, “रानात चान्नं होतं न्हाई?”

बापशाच्या उरात एक कळ आली. वेचणी झालेल्या त्या रानाकडं बघत तो म्हणाला, “आता रान कसं कळा खातंय बघ की!”

“आता काय बघायचं? नुसत्या पळकाट्या! तिकडं बगवतंय?” असं म्हणून त्यानं वर तोंड करून विचारलं, “व्हय मालक, आता फुडल्या सालाला किती कापूस करायचा? एकदम एक धा एकर सारा कापूसच करा!”

बापशा येडबडला आणि चेहरा टाकून तुकाच्या तोंडाकडं तो बघत राहिला. तो असा बघत राहिला आणि तोंड पसरून तुकानं विचारलं, “रुपयं एक पाच देतासा?”

“कशाला रं?”

तो कसनुसं हसत म्हणाला, “तुमच्या ह्या येचणीचा आम्हाला एक फायदा झालाय की!”

“काय रं? फायदा कसला?”

“मग दंड म्हणा!”

“दंड?”

“व्हय, खण एक भारीपैकी घेऊन द्याचा हाय.” असं सांगून तुकानं वर बगितलं. आणि दोघंही एकमेकाच्या तोंडाकडं न बोलता बघतच बसले...

■

नवरा

जोंधळ्याच्या रानात भांगलण करता करता रत्ना उठून तीनदा वगळीला जाऊन आली. रानात बसायचं होईना झालं, तशी आपल्या बांधालाच झाडाखाली ती पडून राहिली. उचलून टाकल्यागत होत होतं, पायांत पेटके येत होते. हातापायांतला जीवच गेल्यागत झाला होता. एकाएकी हे असं का व्हावं तिला कळत नव्हतं. चांगलं जेवूनखाऊन ती रानात येऊन बसली होती. निम्मा आरा भांगलून झाला होता. तोवर कसली भावना नव्हती. सगळं एका तासाभरात बिघडलं होतं. तोंडाकडनं वांत्याही होत होत्या. पोटात घाबरा पडला होता. तसं काही असेल असं म्हणावं, तर बाहेरचं कुठलं पाणीही ती प्याली नव्हती. तहान लागली आणि कुठलंतरी पाणी प्याली असती, तर तशी शंका घेता आली असती. तसं काही नव्हतं, हे खरं, मग हे एकाएकी असं का व्हावं? मनात शंका आल्याशिवाय राहत नव्हती. एवढ्या वांत्या होऊन, पोटात काही नसताना, मग हे असं का होत असेल? काळजी पडली. गेल्या आठवड्यात शिवा—शिवदूरच्या लेकाला, असंच झालं होतं. ताबडतोब कोल्हापूरला नेऊन थोरल्या दवाखान्यात ठेवलं, म्हणून पोरगं वाचलं. एकाला दोन चार उदाहरणं डोळ्यापुढं दिसू लागली. खोताचा म्हातारा बाजारला म्हणून हुपरीला गेला होता. येता येता वाटेतच त्याला असं गाठलं आणि निम्म्या वाटेतच त्याचा जीव गेला. एक म्हणता दहा आठवू लागलं आणि असं काही झालं तर काय करायचं हा घोर लागला. शिवदूर तालेवार होता. त्यानं लगोलग आपल्या लेकाला कोल्हापूरला नेलं. तशी पाळी आपल्यावर आली, तर कोण कोल्हापूरला घेऊन जाईल?... मालक असा!

पेकाळून गेलेली रत्ना झाडाखाली सावलीला पडली होती तरी तिचा मालक पुढं बघून भांगलत होता. हातातलं काम सोडून तो जवळ येईल, असं वाटत होतं.

पण एक तास झाला, ती बघत होती, तिचा मालक काही जवळ येत नव्हता. हातातलं खुरपं खेळवत तो आपल्या रानातच बसून होता. एकाला बारा वर्षे संसार करून, बिचाऱ्याला मायाच नव्हती. कधी दुखलं खुपलं, तर येऊन जवळ बसावं, एका शब्दानं चौकशी करावी, काय होतंय म्हणून विचारावं, असला गुणच त्याच्याजवळ नव्हता. असला हा मालक काय झालंसवरलं तर काय बघणार? एकाएकी उचमळून आलं. पडलेली रत्ना उठून बसली. डोळ्याला अंधारी आल्यागत झाली. आपल्याच हातानं तिनं कपाळ धरलं आणि ती पुढे वाकली. भडाभड वांती झाली. डोळ्यांना तर काही दिसेना झालं. नुसतं पाणी पडत होतं. ती तिथंच पुन्हा लवंडली. आपल्या रानाकडं तोंड करून पडून राहिली. हातापायांतली सगळी शक्तीच गोळा होऊ आली होती. त्यातनंही तिनं डोळे उघडून बघितलं. भांगलण करीत बसलेला बाबा, आपलं काम सोडून काही उठत नव्हता... काय होतंय म्हणून येऊन विचारुने? एकाएकीच हे असं का व्हाय लागलंय आणि काय होतंय याचा विचारपाचार करूने?...

तिचा मालक हातातलं काम सोडून उठत नव्हता आणि तिलाही त्याचा राग आल्यागत झाला होता. रत्ना नुसती डोळ्यांनी बघत पडली होती. पण त्याला हाक मारीत नव्हती. असं असं व्हायला लागलंय म्हणून त्याला सांगावं असं तिच्या मनातच येत नव्हतं... एवढं डोळ्यांनी बघूनही विचारपूस करीत नाही, तर कशाला सांगायचं? काही सांगायचं नाही, काही नाही! जे होतंय ते डोळ्यांनी बघायचं आणि अंगात ताकद असेल तोवर सोसायचं!...

सोसवेनाच झालं, हातापायांत पेटके येऊ लागले. वात फिरावा तसा साऱ्या अंगातनं गोळा फिरू लागला. काय होतंय हेच कळेना झालं. जीव सारखा आत आत ओढत होता. काळीजच थंड पडत चाललं होतं. कुणालातरी हाक मारल्याशिवाय गत्यंतर नव्हतं... कुणालातरी हाक मारावी? स्वत:चा मालक तिथंच रानात असताना, दुसऱ्या कुणालातरी कसं बोलवायचं? आपण होऊन तो काम सोडून येत नव्हता, काय झालंय म्हणून विचारायचं त्याला कळत नव्हतं. काही झालं, तरी त्याला हाक मारायची नाही असं तिच्या मनानं ठरवलं होतं. निर्धार केला होता, पण आता जीव राहील असं काही वाटेना झालं. हातपाय उरावर आल्यागत झाले. सोसवेनासं झालं आणि कसाबसा एक हात करून ती म्हणाली,

"जरा हिकडं या हो..."

तिला मोठ्यानं हाक मारता येत नव्हती. त्यात वारं सुटलं होतं. तिचा आवाज त्याला ऐकू जात नव्हता. आत ओढलेल्या आवाजानं ती हाका मारीत होती आणि हातातलं खुरपं खेळवत तो तसाच रानात बसून होता. उठून जाऊन त्याला सांगावं, तर तेवढी ताकदही अंगात राहिली नव्हती. बसलेली जागा उठवत नव्हती... हे असलं काय झालं? हे असल्या व्हाऱ्याला आता करावं तरी काय? हाक मारली,

तर ऐकायला जात नव्हती. त्याचे तर कान असे किवडे होऊन बसले होते. कामातनं त्याला ऐकू जात नव्हतं आणि तोंड असून हाक मारता येत नव्हती... काय करायचं!

थोरला दीर बांधानं रानाकडं निघाला होता. बिचारा देवानंच धाडल्यागत तो जवळ आला. तिनं आपल्या मालकाला मारलेली हाक ऐकून दीरच समोर येऊन उभा राहिला. त्याला बघून काही धड सांगता येईना झालं, सवरता येईना झालं. तोंड गेलं आणि घळाघळा डोळ्यांतनं पाणीच येऊ लागलं. दिरानं सगळं डोळ्यांनी बघितलं.

बोटभर डोळे खोल गेले होते. चेहरा सगळा आत ओढला होता. काळा ठिक्कर पडला होता. चांगली धडधाकट बाई एकाएकी तुरकाटीच्या काडीगत दिसू लागली होती. सकाळी चांगली हिंडत होती आणि एकाएकी अशी पिळून निघाल्यागत चोपलेली दिसत होती. त्यानं बघितल्याबरोबर ताडलं—चलन निराळं दिसत होतं. शेजारीच वांती झालेली बघितली आणि मग तो अधिक चौकशी करीत बसला नाही. रानाकडं तोंड करून तो उभा राहिला आणि हळी देऊन आधी भावाला बोलावलं.

तिचा मालक येऊन उभा राहिला आणि मग दिरानं विचारलं, ''खुळ्या, काय कराय् लागलाईस?''

''भांगलत बसलोय्!''

''ते झालं बाबा. ही हिकडं पेकाळून पडलीया आणि तू तिकडं जुंधळा भांगलत बसलाईस व्हय?''

एवढं ऐकल्यावर मग त्यानं विचारलं,

''काय झालंय्?''

''काय इचारतोस? निराळं दुकणं दिसतंय्! आताच्या आता कायतरी इलाज कराय पायजे.''

''काय इलाज करायचा?'' असं म्हणून तो खाली बसला. ना बोलणं ना चालणं, गप्पच बसून राहिला. थोरल्या भावानं विचारलं,

''असं बसून कसं व्हायचं रं?''

''तर मग काय करू?''

''बाबा, ताबडतोब हिला कोल्हापूरला घेऊन जावं लागलं.''

थोरला भाऊ एवढं बोलला, तरी तो गप्प राहिला. त्याचा स्वभाव भावाला माहीत होता. घरदार, रानमाळ सोडून कुठं कोल्हापूरला जायाचं, म्हणून हा बाबा गप घरात राहील आणि बायकोचा जीव घालवून मोकळा होईल, हे त्यानं ओळखलं आणि आपणच तयारीला लागला.

भराभरा चार माणसं गोळा केली. सगळ्यांनी मिळून कोल्हापूरला जायचं ठरवलं. पण जायाचं कसं? कोल्हापूर तर काय जवळ होतं? अठरा-वीस मैलांची सडक! बैलगाडीनं जावं, तर उशीर लागणार. रत्ना आताच पेकाळून गेली होती. तिच्या अंगात

काही त्राण राहिलं नव्हतं. काय जोडणी करावी, याचा खल चालला होता आणि रत्नाकडं बघून तिचा मालक म्हणाला, ''का येवढी घाई कराया लागलाय? बघू दोनचार रोज!''

''आणि मग काय करतोस?''

''काय काय होतंय बघू. न्हाईतर तिच्या म्हाताऱ्याला सांगावा धाडतो. म्हेवणा आला म्हंजे काय करायचं ते ठरवू.''

''मग काय ठरीवतोस माती!'' असं म्हणून भावानं खॅस मारली आणि बाळा खाली मान घालून गप उभा राहिला. त्याचा भाऊच म्हणाला, ''असं गप बसून भागायचं न्हाई.''

''तर काय करू?''

''हुपरीला जाऊन, टॅक्सी मिळती का बघून; ती घेऊन याला पायजे.''

''-आणि त्याला पैसा नगो!''

''मी माझ्या पदरचा देतो बाबा! मग काय तुला घोर हाय?''

बाळा तोंडाकडं बघत म्हणाला,

''आज तू देशील, पर उद्या तर मलाच भरावं लागतील न्हवं?''

''सावकाश दे.''

''पर कवातरी द्यावं लागणारच का न्हाई?''

''मग काय जीव घालवून बसतोस? खुळ्या तिला कालरा झालाय!''

त्याच्या नादाला लागण्यात काय अर्थ नाही, हे ओळखून रत्नाचा दीर तयारीला लागला. दोन-अडीच मैलांवर हुपरी होती. भरकन् एक गडी सायकल घेऊन हुपरीला गेला. घटकाभरात टॅक्सी आली. स्वत: दीर पुढं बसला. भाऊ भाऊ वेगळे झाले होते. दोन वर्षं त्यांचं बोलणं-भाषण बंद झाल्यापैकीच होतं. कारणापुरतं बोलत होते. पण घटकेला दीरच वाली झाला होता. नवरा नुसता सोबतीचा धनी होता.

कोल्हापूरला जाईतोवर शुद्ध उडाली होती. माणसं ओळखत नव्हती. काय काय करीत होते, काही कळत नव्हतं. रात्रीतनं सारखी इंजेक्शन चालू होती. दीर उशाला बसून होता आणि आता किती खर्च येईल, याचा बाळाला घोर पडला होता.

एकाला दोन दिवस गेले. जीव दगावत नाही, अशी खात्री झाली. रत्नाला तोंड आलं, जरा जरा ती बोलू लागली आणि बाळानं आपल्या भावाला काय विचारावं? बाळानं विचारलं,

''दादा, आता सगळ्यांनी हितं कशाला बसायचं?''

''आजच्या दिवस बघून मी जाईन उद्या!''

''मग आज मी जाऊ?''

''तू जातोस?''

''तर मी हितं बसून काय करणार?''

"तर, तिकडं जाऊन काय धन लावणार!"

बाळा सांगू लागला, "जुंधळा भांगालयचा पडलाय् , तंबाकूचा खुडा करायचा हाय. पाण्याची पाळीबी उद्या हाय."

त्याची ही सगळी लांबड ऐकून त्याचा दादा बोलला, "तुझी रानातली कामं खोळंबल्यात म्हणून तू जातोस व्हय?"

"मग काय रान सोडून हितं बसू?"

"तर काय मी मक्ता घेतलाय हितं बसायचा?" असं विचारून तो म्हणाला, "मलाबी रानमाळ हाय. घरदार हाय. माझीबी कामं रग्गड खोळंबल्यात. मी जातो, तू बस हितं."

बाळानं विचारलं, "मला शार गावात काय कळतंय?"

"म्हणून मी ऱ्हायलोय. एकाला दोघं असलेलं बरं. काय तिकडं घातमिराय लागलीया?"

"ते काय ऱ्हाई खरं."

"मग?"

कपाळाला आठ्या घालून बाळा बोलला, "पर रोजी दोन रुपयं नुसतं जेवणावारी चालल्यात की!"

"पाळी आलीया तर नको खर्च करायला?"

"पर एकाला दोघांचा खर्च होतोय की."

हे ऐकून त्याचा दादा चरकला. उगाच भुरदंड वाटायला नको, म्हणून तोच निघून गेला काही लागलं सवरलं तर या खुळ्याला आणून देता यायचं नाही, त्यांच्या उपयोगी पडावं, म्हणून एकाला दोन दिवस तो राहिला होता. आपलं काम सोडून बसला होता. पण खर्च वाढतोय असं म्हटल्यावर कशाला राहायचं असा विचार करून तो आपला घरी निघून गेला.

तो सकाळी गेला आणि पाठोपाठ बाळा रात्री घरात हजर झाला. बाळाला बघून छातीत धडकी भरली. अजून चार-सहा दिवस तरी दवाखान्यात राहावं लागणार असं डॉक्टरनं सांगितलं होतं. आजच सकाळी सांगितलं होतं आणि तो सकाळी आला नाही, तंवर रात्री बाळा येऊन हजर झाला. काय झालंय काही समजेना झालं. त्यानं विचारलं,

"लगेच कसा आलास बाळा?"

"दुपारी रागरंग बघितला आणि आलो निघून!"

"काय जास्त झालंय आज?"

"जास्त कशाला हुतंय?"

"तर मग का आलास रं?"

"आता सगळं बरं हाय, तर मग कशाला बसू तिथं?"

त्याचा भाऊ कपाळाला हात लावून म्हणाला, "सगळं बरं हाय म्हणून निघून आलास? काय नडलं होतं हितं? तिथं जवळ माणूस नको?"

"कशाला लागतोय माणूस?"

काय बोलायचं? भाऊ कपाळ धरून तोंडाकडं बघत राहिला आणि बाळाच सांगू लागला,

"आज जरा मुसंबं आणा म्हणत होती. मंडईत गेलो तर, दोन, अडीच-तीन रुपये डझन मुसंबं, काय इकत घ्यायची तर मजा हाय?"

"मग मुसंबं घेतलास का न्हाईस?"

"छाती व्हायला नको?"

"घेतला न्हाईस?"

"कशाला घेऊ गा?" असं विचारून तो म्हणाला, "काय चार रोज उपास घडला म्हंजे मरत न्हाई माणूस. कसंतरी चार रोज 'च्या' पिऊन काढ म्हटलं, हिकडं गावाकडं आल्यावर दोन-दोन माप दूध पिऊ दे की, दुधानं अंगात ताकद तर ईल? ती मुसंबं खाऊन काय रगात वाढणार हाय?"

रत्ना दवाखान्यात राहिली आणि बाळा जोंधळा भांगलत, तंबाकूचा खुडा करीत, उसाला पाणी पाजत बसला. तिकडची काळजी न करता आपलं रान सांभाळत राहिला. त्याचा भाऊच मध्ये जाऊन बघून आला. त्यानंच एकदा दोन डझन मोसंबी घेऊन दिली. पाच रुपयं जवळ ठेवून आला. काय लागलं, तर कुणाकडनं तरी आणवून घे, असं सांगून तो निघून आला आणि मग पाचव्या दिवशी बाळा गाडी घेऊन कोल्हापूरला गेला. डॉक्टरनी जायला परवानगी दिली आणि उनाचंच गाडीत बसवून बाळा निघाला.

गाडीला सवारी नाही, सावलीसाठी जवळ छत्री नाही, ऊन वरनं चणचणत होतं. कॉलऱ्यातनं उठलेली बाई डोक्यावर ऊन घेत आली. सात-आठ दिवस उपास घडला होता. दिरानं दोन डझन मोसंबी आणून दिली आहेती. तेवढीच तिच्या पोटात गेली होती. तेवढ्यानं काय होणार? अंगात ताकद नव्हती, ऊनाकडं बघवत नव्हतं, डोळे उघडून बघितलं तर सगळं काळं, निळं पिवळं दिसत होतं. घरात आल्याबरोबर घेरी आल्यागत झाली. उशाला एक हात घेऊन ती पडली आणि दातखीळच बसली.

घरात आल्यावरही तीन-चार दिवस अंथरूण घालूनच राहिली. मग उठून हळूहळू चूल तेवढी पेटवू लागली. तेवढं एक-दोन दिवस तिच्या मालकाने बघितलं आणि एक दिवस सकाळी उठल्या उठल्या तो म्हणाला,

"बाई, दोन आठवड्याचं शान पडलंय."

हे का सांगत असेल म्हणून रत्ना त्याच्या तोंडाकडं बघत राहिली आणि बाळानं

विचारलं, "चगाळा आणून ठेवतो, पाणी आणून देतो, बसूऽन तेवढं शान तर जरा लावायचं हुतंय का बघतीस का?"

"बघतो की!" असं रागाच्या सपाट्यातच ती म्हणाली.

काय बोलावं कळेना झालं. अंगात ताकद नाही. डोळ्यांनी बघतोय आणि तरी असं विचारतोय म्हटल्यावर काय बोलायचं? नुकते दोन दिवस झाले, ती जरा जरा उठून चुलीपुढं बसू लागली होती. किती हालवनवास झाले! काय काय तऱ्हा झाली. उगच तो दीर पुढं झाला म्हणून जीव तरी वाचला ... आणि हा बाबा शान लावतीस का म्हणून विचारतोय. काय सांगावं त्याला? ती नुसती बघत राहिली आणि घाई करीत तो म्हणाला-

"मग ऊठ की!"

तिलाही आता आपला जीवच नकोसा झाला होता. मनात आलं- काय करायचं जगून तरी! उभं आयुय असं काढायचं त्यापेक्षा मरून गेलेलं काय वाईट! कायमची सुटका तरी होईल! कुठं आपली पोरंबाळं तरी रडाय लागल्यात! तीच आपल्या जीवावर उदार झाली आणि म्हणाली,

"हाताला धरून घेऊन चला. बघू लावायचं होतंय काय?"

"चल की, हाताला धरून घेऊन जातो, घेऊन येतो. मग काय हाय?"

"मग काय न्हाई." असं म्हणून ती उठली. त्याच्या हाताला धरून घरापाठीमागे गेली. चालताना पाय थरथरत होते. शरीराचा तोल जात होता. तशीच गेली.

गाडीभर शेण पडलं होतं. चांगलं आळं करून करून पाणी घालून ठेवलं होतं. शेजारीच चगाळा गोळा करून ठेवलेला दिसत होता. पाण्याच्या बादल्याही भरून ठेवल्या होत्या. सगळी तयारी करूनच तो विचारायला आत आला होता! हे सगळं बघून ती खाली बसली आणि वर बघत म्हणाली,

"आता तुम्ही हितं थांबू नका."

"तर काय करू?"

"मी एवढं शान लावतो. तंवर तुम्ही लाकडं गोळा करून ठेवा."

"लाकडं कशाला?"

कपाळावरचा घाम पुसत ती म्हणाली, "मेल्यावर मला जाळाय नको काय?"

बाळा आवाज चढवून म्हणाला-

"काय सोंग तर लावलंय! गप फुडं बघून शान लावाय लाग. एवढा कालरा झाला तर तुला काय झालं न्हाई! आणि आता काय हुतंय बाई? बसून जरा शान लावलंस तर लगेच मरतीस व्हय?" असं विचारून तो म्हणाला, "काय घाबरू नकोस बघ. पानी बी काय लांब न्हाई. हितंच हायं. जीव चालला तर सांग तोंडात पानी घालीन म्हणं!"

■

येडताक

दिवस डोक्यावर आला तसं काम संपवून केरबा भाकरी खायला म्हणून खोपीवर आला. हातातलं खुरपं जास्तानाला ठेवून तो खोपीबाहेर पडला आणि हातपाय धुवायला म्हणून विहिरीकडं गेला. आपल्याच तंद्रीत तो खाली उतरत होता. पाच सहा पायऱ्या उतरून गेलेला केरबा खाली न उतरता तिथंच उभा राहिला. कमरेला खोवलेलं धोतर यानं खाली सोडलं आणि जईकडं बघत तो पुन्हा पायऱ्या उतरू लागला...

खड्ड्याची कुसमी जईवर धुणं धूत होती. आणि एक बाण रोखल्यागत तिच्याकडं त्याची नजर लागली होती. न खाकरता सवरता, पायाचा आवाज न करता, तो खाली उतरून गेला. आणि ती एकाएकी दचकली. मागच्या दरडीला पाठ लावून उभी राहिली. तिचा एक हात आडवा कमरेवर होता. आणि दुसऱ्या हाताची बोटं हनुवटीला लागली होती. बुचड्यातनं केस सुटून तोंडावर आले होते. डोक्यावरचा पदर खांद्यावरनं गळून हातावर आला होता. त्याची घडी खाली जईला लोळत होती.

जईवर उतरलेला केरबा भान हरपल्यागत तिच्याकडं बघत होता—गडी भुलला होता! नजर न वळवता तो बघत उभा राहिला होता.

एक काडीनं लिहावं आणि नखानं कोरावं तसं तिला रूप होतं! पदर येऊन वयात आलेली कुसमी आभाळातनं पडल्यागत दिसत होती! तिला माणसानं घडवलं नव्हतं! लिंबागत ती पिवळीधम्मक दिसत होती! देखणीपान कुसमी अशी जईवर उभी होती. हात पुढं करून तिला खुडून घ्यावी आणि एक काटं वाळुक खाल्ल्यागत कराकरा खाऊन टाकावी असं त्याला वाटत होतं! तोंडाला पाणी सुटलं होतं आणि डोळ्याला भूल पडली होती. नाही-नाही तो विचार मनात येत

होता. मासा जाळ्यात सापडला होता. असंच पुढं जावे आणि पटकन् एक मुक्का घ्यावा... तिच्या दंडात चोळी रुतलेली दिसत होती. दोन्ही दंडाला कच पडले होते. केळीच्या कोक्यागत ऊर गच्च भरलेला दिसत होता... एक कवळा घालावा आणि छातीसंगट हिला घट्ट आवळून धरावी... काडकाड हिच्या पाठीचा कणाच मोडावा... आणि एवढ्यात वरनं कुणीतरी खाकरलं. केरबाचं दिलच खचलं. दोन पावलं मागं सरून त्यानं वर बघितलं.

त्याचा चुलतभाऊ मोटवाणाजवळ उभा राहून वरनं खाली बघत होता. नजरानजर झाली आणि दोघेही एकमेकाकडं बघून हसले. धीर करून केरबानं विचारलं,

"खाली काय बघाय लागलायस रामू?" हसल्यागत करून रामूनं वरनं सांगितलं,-

"पाणी किती हाय बगतोय गा."

"पाणी कुठं जातंय काय?"

"ते न्हवं गा." असं म्हणून तो बोलला,

"आज दुपारनं मोट धरायची हाय, तवा पानी हाय का उडालं हे बगतोय."

"पानी उडायला काय झालं? रग्गड पानी हाय बग! हीर भरलीया. ...पाजणारं पायजे."

नरड्यातल्या नरड्यात हसल्यागत करून खाली कुसमीकडं बघत वरनं रामू म्हणाला,

"पाजू का आमी!" असं म्हणून रामू तिथं उभा न राहता धावेकडे गेला आणि दरडीला अंग लावून उभी राहिलेली कुसमी खाली जईकडं नजर लावून म्हणाली- हलक्या आवाजात बोलली,

"ह्यो तुमचा रामू लई गावावरनं ववाळून टाकल्याला हाय!"

पायानं पाणी ढवळत केरबानं विचारलं-

"काय केलं त्यानं तुला?"

कपाळाला आठ्या घालून ती म्हणाली,

"मला काय करतोय खरं त्यो!"

"मग?" असं विचारून तो तिच्याकडं बघत राहिला. समोर बघून तोंड न धुता मागं वळून बघू लागला.

कावरीबावरी झालेली कुसमी छातीवरचा पदर चाचपत कशीबशी बोलली,

"जवा बघावं तवा मी धुयाला आलो म्हंजे तो वर येऊन उभा ऱ्हातोय ... आणि उगच खाकरतोय माझा भाड्या!" ती असं म्हणाली आणि अंगाला तिढे देत उभी राहिली, डोळ्यांच्या पापण्या फडफडून बघू लागली- आणि तोंडावर आलेल्या केसांच्या बटा मागं सारून ती उगीचच एकदा खुदकन् हसली. केरबा बघत राहिला.

एक उंबराचं फूल दिसावं तसं त्याला झालं! तिच्या दोन्ही गालांवर गुलबस फुलला होता. तोंडात मक्याचे दाणे चमकत होते. लाल चुटुक ओठ जपानी शेंगेगत दिसत होते. पायांच्या पोटऱ्या केवड्याच्या कणसागत होत्या. भुईतनं उगवल्यगात दिसत होत्या! त्याला वाटलं, या मैनेला धरून न्यावी आणि पोपटागत पिंजऱ्यात अडकून टाकावी रोज हिला डाळींबाचा दाणा आणि मोत्याचा चारा खायला घालावा. पाखरू असावं तर असं असावं! आणि तंवर वरनं कुणीतरी खाकरलं...कहर झाला म्हणायचा!

केरबानं वर बघितलं. रामूचा गडी चंदर येऊन वर उभा राहिला होता. मोटवणाजवळ उभा राहून तो खाली बघत होता. केरबाला चिरडच आली. रागानं बघितल्यागत करून त्यानं विचारलं,

"का रं चंद्र्या, काय बगाय लागलायस!"

"काय न्हाई हो मालक." असं म्हणून तो वरनं हसला. आणि केरबा वरमला. त्याला वाटलं- आयला ह्या लोकांनी आपल्यावर पाळत ठेवली! जेव्हा बघावं तेव्हा कोण तरी टेहेळणीला असतोच. हे काय खरं नाही. लोकांची अशी वसबी असल्यावर काय करणार? एकाचं दोन झालं, म्हंजे ते आणि कुठं निस्तरावं? आपले भाऊबंद म्हणजे सगळे कळीचे नारद! राईचा पर्वत करून ठेवायला कमी करणार नाहीत. त्यांच्या डोळ्याला दिसून उपयोगी नाही. लगेच कळ लावून सोडतील. जरा काय तरी दिसलं तर थेट त्या खड्डाला जाऊन सांगतील. आणि खड्डाचा म्हातारा येऊन माझ्या उरावर बसेल! मनात असा विचार करून केरबानं हातपाय धुतले. आणि गप पायऱ्या चढून तो वर आला. जीव राहवत नव्हता, कुसमीबरोबर बोलत बसावंसं वाटत होतं. पण रानातली वसबी काही सुचू देत नव्हती. आठ-दहा दिवस झाले तो बघत होता, लोकांनी त्याच्यावर पाळतच ठेवली होती. त्याचा चुलतभाऊ रामू पाळतीवर होता. चुलत्यालाही जरा संशय आल्यागत झाला होता. गडीही आपापसात कुजबुजताना दिसत होते. तो मनात म्हणला— आपण काय तरी करायला गेलो, तर हे धरल्याशिवाय राहणार नाहीत! दूध प्यायचं, तर ते चोरून प्याला पाहिजे. लोकांना संशय आला नसता, आणि दुपारचं तिला खेपीत जाऊन बसलो असतो, तर कुणाला कळलं असतं? पण संशय येऊन चुकला होता. आपल्यालाही सावध राहणं भाग होतं. अशा चुटपुटत्या मनानं तो खोपीत आला आणि भाकरी खायला बसला.

केरबा घास मोडत होता; पण त्याचं ध्यान हातातल्या भाकरीवर नव्हतं. लक्ष सारं बाहेरच होतं. विहिरीकडं बघत तो भाकरी खात होता. दर घासाला त्याच्या मनात येत होतं—करावं तरी कसं? मन तर असं भुलल्यागत झालंय. जिवाला तर एक चुटपुट लागून राहिलीय. एक पाऊल टाकायचा अवकाश! जरा धीर केला तर

काम होण्यासारखं असताना ह्या लोकांनी काय काव आणलाय! समाजाला भिऊन गप बसायची पाळी आलीय. नंगा फकीर असतो, तर ह्या बयाला घेऊन देश हिंडत गेलो असतो. आज इथं तर उद्या तिथं! कोण विचारणार होतं मला? समाजात राहायचं म्हणून एवढा विचार करायचा. ह्या कानाचं त्या कानाला समजता कामा नये आणि कुणाच्या डोळ्याला दृष्टी पडून उपयोगी नाही. कारण का, तर चोरीचा मामला... भाकरी खायला एक घटका मोडाचा तो एक तास लागला! घेतलेली भाकरी हातात धरूनच केरबा बसून राहिला होता. डोळे सारखे वळून वळून बाहेर बघत होते. एवढ्यात छातीत एक बाण घुसल्यागत झाला! मोडलेला घास हातात धरून तो बघत राहिला.

धुतलेलं धुणं काखेला मारून कुसमी विहिरीतनं वर आली. वर आल्या आल्या त्यांची नजरानजर झाली होती. तिच्याकडं बघून तो हसला. आणि आपल्या मनाला म्हणाला—ही बोल्ली, तर खरं म्हणायचं! ...असं मनाला सांगून तो वाट बघत राहिला. आणि कुसमी थेट त्याच्याकडंच चालत आली. काळीज तुडवत आली आणि समोर येऊन उभी राहिली. त्याच्याकडं बघून गोड हसली आणि एक बुलबुल बोलावं तशी बोलली;-

"भाकरी खाया लागलाय?"

"व्हय, ये खायाला."

"मला भाकरी नको खरं..."

"मग?"

"जरा आत येऊन सावलीला बसू काय?"

नको म्हणायची छाती व्हायला नको? नको कसं म्हणणार? केरबा आधीच भुलला होता, त्यात येडबडला! तोंडानं काही बोलता येईना झालं. तसं मानेनंच 'ये' असं म्हणून तो भाकरी खाता खाता उठला आणि बाजूचं एक घोंगडं घेऊन ते त्यानं खाली पसरून ठेवलं. त्या घोंगड्याकडं बघत तिनं विचारलं,

"खुळं तर न्हाईसा?"

न बोलता तो तोंडाकडंच बघत राहिला. तिच्या बोलण्याचा त्याला अर्थ कळत नव्हता. तो असा खुळ्यागत बघत राहिला आणि एका हाताची बोटं आपल्या गालाला टेकवून ती म्हणाली,

"तुमी भुईला बसलाय. आणि मी घोंगड्यावर बसू?"

"मग काय घोंगडं टोचतंय काय तुला?" ती खुदकन् हसली आणि डोळे मोडीत म्हणाली-

"टोचण्याबद्दल न्हाई म्हणत. पर कुणी बगितलं, तर लोक काय म्हंतील हो?"

लोकांचा घोर न करता तो बोलला,

“काय म्हंत्यात? बस!”

ती पुन्हा हसली आणि खाली अंथरलेलं घोंगडं बाजूला सारत म्हणाली,

“तुमीच हे खाली घेऊन बसा.”

“आणि तू काय करतीस?”

“मी एवढं धुणं वाळत टाकतो.” त्यानं विचारलं,

“जरा टेकणार हुतीस न्हवं?”

आळसुंद्याची शेंग तीन ठिकाणी मुरडली आणि गोड हसून म्हणाली,

“एवढं धुणं वाळत टाकतो. मग येतो की जरा सावलीत बसायला. मलाबी तुमाला एक गोष्ट विचाराची हाय. येळ हाय न्हवं?”

मान हलवून तो ‘हो’ म्हणाला. धुणं वाळत टाकायला ती बाजूच्या बांधाला गेली. आणि हातातली भाकरी फडक्यात गुंडाळून ठेवून तो विचार करत बसला- आयला! ही एक गोष्ट विचारणार हाय, म्हंजे काय विचारणार? आता काय बोलती कुणास ठाऊक! फाटशिरी काय तरी बोलणार तर नाही? काय हिच्या मनात असेल आणि काय विचारणार असेल? मघाशी त्या रामूकडं बघून ‘भाड्या’ म्हणाली. मला ‘सुडक्या’ म्हणू द्या म्हणजे काम भागलं ...फडक्यातली भाकरी त्यानं कुडाच्या कडेला झाकून ठेवली. बाजूला लोटकं पाण्यानं भरून ठेवलं होतं. डाव्या हातानं त्यानं ते लोटकं हातात घेतलं. आणि मुसरा हात धुयाला तो बाहेर गेला. कसाबसा हात धुऊन तो आत आला. घटाघटा एक लोटकंभर पाणी प्याला. आणि चंची हातात घेऊन विचार करत बसला. ती काय विचारणार होती, हे कळत नव्हतं. त्याला तरी कसं समजणार? तो काही तिच्या मनात शिरला होता? एवढ्यात धुणं वाळत घालून ती आत आली. दाराच्या तोंडाला बसायचं ते आतल्या बाजूला आडाला येऊन बसली. केरबाच्या मनात आलं- कुणी बघितलं तर काय म्हणतील, हिनं असं दाराच्या तोंडाला बसूने? ‘अरं त्याच्यायला’ असं तोच मनात म्हणाला आणि स्वत:च उठून दाराच्या तोंडाला आला. तिथंच खाली बसत तो म्हणाला,

“हं, काय म्हंतीस बोल.”

तिनं टक लावून तोंडाकडं बघितलं. आणि सांगायला सुरुवात केली-

“नांदायला गेलं तर दाल्ला मारतो. तीनदा गेलो. तीनदा मार खाऊन आलो. गप आपल्या म्हायारात आईबापाला तर धरून ऱ्हावं म्हटलं, तर बाच्या मनात एक कली शिरलाय.”

“काय कली शिरलाय?”

“तो म्हणतोय तुझं वागणंच नीट न्हाई.”

“वागणं नीट न्हाई म्हंजे?”

“तेच बगा की हो!” असं म्हणून ती सांगू लागली,

“मी तर डोळा वर करून कुणाकडं बघत न्हाई. कुणासंगं एक न्हाई, दोन न्हाई. कुठं कामाला गेली, तर गप आपलं काम करतो. आणि घराला माघारी येतो. आता रानात गेल्यावर एखादं येळेस याला उशीर लागतो. लगीच बा इचाराय लागतो.”

“काय म्हंतोय तरी त्यो?”

“त्यो म्हंतोय, तुझं कुठं तरी काय तरी हायच!” आणि असं सांगून ती म्हणाली,

“कुठं काय हाय हो माझं?”

काय बोलावं हा त्यालाही प्रश्न पडला! म्हणजे काही सुचत नव्हतं. तरणीबांड पोरगी आडाला आत बसली होती. काळजाला आग लागली होती. काय करावं त्याला कळत नव्हतं. छातीत धडधड चालू होती. आणि तो काही बोलत नाहीसं बघून तीच सांगू लागली,

“हे असं सगळं येडताक होऊन बसलंय! आणि जलम तरी कसा काढायचा? देवानं एक पोटाला पोर दिलं असतं, तर त्याचा तरी एक आधार वाटला असता. त्येबी काय न्हाई! लगीन होऊन सगळं एक वरीस झालं. त्यो दाल्ला असा भेटला, बा असं म्हंतोय! तरणीताठी बाई मी! आता माझं कसं हुणार? दाल्ला मारतोय. ह्याच्यावर काय इलाज न्हाई?”

असं विचारून ती तोंडाकडं बघत बसली. आणि लोणी विस्तवावर ठेवावं तशी केरबाची अवस्था झाली. सरकत सरकत आतल्या अंगाला जावं आणि तिला जवळ घेऊन बोलावं. काय ‘विलाज’ म्हणती तो एकदा बघावा! असा विचार करून तो जरा सरकला. मनात शंका येऊन त्यानं एकदा तोंडाकडं बघितलं. त्याची पुरी खात्री होऊन चुकली होती! तो मनात म्हणाला- ‘का तुला दाल्ल्याने मारूने, आणि बानं तरी असं का म्हणूने? तुझं मन नाही ठिकाणावर! आतल्या अंगाला गार सावलीत बसून इलाज इचारती! तुझी जवानी तुला गप बसू दीना झालीया ग ऽ ऽ. आणि कसला इलाज इचारतीस? डोळं काय मोडतीस, खुबी काय दावतीस, नाकावर आल्यालं केसाचं झुलपं मागं सारना झालीयास! तुला काय पायजे हे मी वळकून हाय! ...’ डोळे रोखून त्यानं तिच्याकडं बघितलं आणि न राहवून तो म्हणाला,

“कुस्मे,”

“जी.” म्हणून ती डोळे लावून बसली. आणि तो आतल्या अंगाला न सरकता बाहेर बघत राहिला. रामू येऊन बाहेर उभा राहिला होता! चपापल्यागत झालं. ती आत आहे हे रामूनं ओळखलं होतं. आता मुद्देमाल दडवण्यात काही अर्थ नव्हता.

तरी त्यातनंही त्यानं हातचलाखी केली! बाहेर रामूकडं बघत तो तिला मोठ्यानं म्हणाला,

"तिथंच पाणी हाय की ग. त्यो बघ कोपऱ्यात माठ.''

आयत्या वेळेला तिलाही देवानं अक्कल दिली. माठातलं पाणी लोटक्यात घेऊन दोन घोट ती पाणी प्याली आणि पदरानं तोंड पुसून बाहेर आली. तिच्याकडं रोखून बघत रामू हसला. तशी तीही हसली. हसणं भागच होतं. अशा वेळी माणूस दुखवून काय करायचं? त्यानं काही अदावत घेतली, एकाचं दोन करून सांगितलं, बाहेर कुठं कळ लावली तर आपल्या अंगाला झळ लागेल. मनात नसलं तरी हसायला काय जातंय? ती उगाचच तोंडाकडं बघून हसत राहिली. रामू तरी काय कमीचा? तो म्हणजे एक कळीचा नारद होता! दात काढून त्यानं विचारलं,

"एवढं धुणं धुऊन वर आलीस, आणि खोपीतलं पाणी पितीस व्हय? हिरीतलं पाणी गोड लागत न्हाई जणू!''

त्यावर ती हसली आणि डोळे मोडीत म्हणाली,

"मालक, जीव व्याकुळला होता. माठातलं थंड पाणी प्यावं म्हणून जरा मागून घेतलं. मग का चुकी झाली ह्यात?''

"काय न्हाई खरं.'' असं म्हणून तो तिथंच खाली बसला आणि त्यानं कमरेचा बटवा सोडून हातात घेतला. पान चघळत बसून राहिला. जागा सोडून तो उठलाच नाही!

धुणं वाळलं. आणि मग वाळलेलं धुणं गोळा करून कुसमी आपल्या घरला निघून गेली.

केरबाचा जीव सारखा चुटपुटत होता. काही केल्या जिवाला चैन पडत नव्हती. तावडीत सापडलेलं सावज निसटल्यागत झालं होतं. रोज हे असंच चाललं होतं. सगळं जमून आलेलं असताना काही करता येत नव्हतं. रोज ढग गोळा होऊन येत होते, आभाळ भरून येत होतं; पण गळत नव्हतं. मग एक दिवस, एक रात्र त्यानं विचार केला. आणि त्याच्या मनानं पक्कं ठरवलं- ह्या वस्तीवर काही गडबड करून सोय नव्हती. तिला बाहेरच कुठं तरी गाठणं भाग होतं. बाहेर कुठं गाठावी? आणि एकाएकी त्याच्या डोक्यात उजेड पडला. माळ्याच्या वाटेवर जोंधळ्याचं रान होतं. चांगला पोटरी पडलेला जोंधळा! त्यातनंच जाण्यायेण्याची वाट होती. माणूस आत शिरल्यावर बाहेरनं दिसत नव्हतं. एवढं उमगलं आणि तिच्या येण्याच्या वाटेवर पाळत ठेवून उभं राहायचं त्यानं ठरवलं. धुयाला येण्याची तिची वेळही ठरलेली होती. ती यायच्या आत आपण आडवं जावं, आणि जोंधळ्याच्या पलीकडच्या अंगाला जाऊन उभं राहावं. ती आली आणि जोंधळ्यात शिरली की पाठोपाठ आपणही आत शिरावं. पलीकडं उभं राहिल्यावर वस्तीवरच्या लोकांना काय

दिसणार? बसा लेकांनो खोपीवर पाळत ठेवत!

दुसऱ्या दिवशी दिवस डोक्यावर यायच्या आतच त्यानं आपलं काम आवरलं. झकास धुतलेला एक पटका-बिटका डोक्याला गुंडाळला. आणि भला लांबलचक शेमला सोडून तो लवकरच आडवा जाऊन उभा राहिला. तिच्या येण्याच्या वाटेकडे बघत तो उभा राहिला. जीव आसुसला होता आणि एकटं असं उभं राहण्यात काही तरी चुकतंय असंही एका मनाला वाटत होतं कुणी तरी आता आलं आणि खुळ्यागत असा उभा का राहिलायस असं विचारलं तर काय बोलायचं? त्यावरही त्यानं तोडगा काढला. तिथंच जाऊन तो खाली बसला आणि पान खायचं निमित्त करून त्यानं चंची हातात घेतली. कुणी आलं तर ती दिसावी म्हणून त्यानं ती हातातच धरून ठेवली. तेवढ्यात त्याचा काकाच जवळ येताना दिसला. लांब लांब ढेंगा टाकत तो घाईनं येत होता. एवढ्या गडबडीनं त्याला चालताना त्यानं कधीच बघितलं नव्हतं. एवढ्यात नजरानजर झाली आणि काका उभा राहिला. तसा केरबा म्हणाला,

"या काका, तंबाखू खाऊ या."

काका बोलला,

"काय तंबाखू खातोस खुळ्या!"

आणि दोन्ही हात पसरून तो सांगू लागला,-

"चन्नाप गाढव्याचा खून झाला की आत्ता!"

खून झाला असं ऐकल्यावर घाम फुटला! सरसरून अंगावर काटाच आला. बसलेला केरबा उठून उभा राहिला. आणि काका सांगू लागला,

"घरात शिरून खून केला की गा! ... कुऱ्हाडीनं खांडोळी करून टाकली. गाव सगळं खुळं होऊन बघत राहिलंय."

"कुणी खून केला? काय भानगड ही?"

"दुसरी कसली भानगड खुळ्या!" असं म्हणून काका सांगू लागला,

"ती वाण्याची राजाक्का म्हणून एक न्हाई का? दाल्ला सोडून येऊन घरात बसलीया बघ ती! तिच्यासंगट ह्यो सोकावला होता आणि त्या राजाक्काच्या बानं उठून कडबा तोडायच्या कुऱ्हाडीनंच खापललं की गा त्याला!"

केरबाचं काळीजच गार पडलं! एकाएकी त्याला आपलं मरण समोर दिसू लागलं. उद्या काय झालं सवरलं तर काय करायचं? एकाएकी डोक्यात प्रकाश पडला. आणि अक्कल आल्यागत झाली. काकाबरोबर बोलत बोलत तो पुन्हा वस्तीवर आला. आपल्या मनाला म्हणाला- हा एक धडा मिळालाय! देवानं वेळवर सावध केलंय. ह्यात आता सावध व्हायचं आणि कानाला खडा लावायचा! बास!!...

तो खोपीत येऊन बसला. काल्यागत अंग गार पडलं होतं. काळजाचा बर्फ झाला होता! समोर सगळं घडल्यागत दिसत होतं. एक चित्रच उभं राहिलं होतं- हे आज ना उद्या कळणार... कुणाच्या तरी डोळ्यांवर येणार... चहाडी चुगली होणार... गावात गवगवा होणार, चार लोक बोंबलणार, मग ही कागाळी कोण तरी घरात जाऊन सांगणार... खड्डाचा म्हातारा पेटणार आणि मग एक कुऱ्हाड घेऊन माझ्या अंगावर धावून येणार!... आयला, एवढा जीव धोक्यात घालायला कुणाच्या बानं सांगितलंय? आणि कुठं आमची एवढी जवानी तरी उतू जाया लागलीया? रानातल्या कामानं वंड पडाय लागलाय आणि कुठली कुस्मी आणि कोण घेऊन बसलायस बाबा! कुणाचं नाव नको! ... अशी वाजून आलेली थंडी चार दिवस टिकली. पाचव्या दिवशी गडी पटका-बिटका बांधून येण्याच्या वाटेवर आडवा गेला. आणि हातात एक चंची घेऊन बसून राहिला. डंग जुंधळा लागला होता! आणि कुस्मी येण्याची तो वाट बघत बसला होता. धुण्याचं एक बोचकं घेऊन ती जवळ आली. दोघांच्याही नजरा वळवळल्या. आणि एक मुरका घेऊन तिनं विचारलं,

"का बसलायसा हो हितं?"

छातीत धडधडल्यागत झालं. पण एक खाकरा काढून तो म्हणाला, "हे काय उठलो!"

हसल्यागत करून ती जोंधळ्यात शिरली आणि केरबाही उठला. तिच्या मागनं गपकन जोंधळ्यात शिरायचं सोडून सरळ गावची वाट धरून तो झपाट्यानं चालू लागला...

■

वावरी शेंग

सुगी संपत आली होती. एखाद्याचा मागास जोंधळा तेवढा रानात उभा होता. बायकांची गुडं मोडणीची कामंही आता राहिली नव्हती. आणि महारणी-चांभारणींना रानातली वावरी शेंग वेचायची चटक लागली होती. सकाळी न्याहरी करून रानात गेलं की, दिवस बुडायला अडीशेरी पायली शेंग वट्यात घेऊन त्या माघारी यायच्या. त्यावर आठवड्याचा बाजार भागायचा.

भाया चांभाराच्या गजरानं न्याहारी केली. कालच बाजारातनं आणलेलं नवं पातळ ती नेसली आणि शेंगा विकून हौसेनं विकत घेतलेली सोन पितळीची फुलं कानात घातली. एक मोडकं खुरपं हातात घेतलं. आणि आईला ती म्हणाली,

"जातु ग आए."

हातातलं मुसरं गाडगं तसंच खाली ठेवून गजराची आई मान वळवून बघत राहिली. नवं पातळ नेसलेली आणि कानात फुलं घातलेली, तिची लेक लाजल्यागत करून म्हणाली,

"असं का ग बगाय लागलीयास?"

"तुजं पाताळ ग बाई!" असं म्हणून ती पुन्हा बघतच राहिली. तशी गजरा लाजली. आणि हसून बोलली-

"ए द्वाडा, तुजी आनि दिष्ट हुईल मला!"

पदर आलेली गजरा कापसाच्या बोंडागत उमलून आली होती. देखणी-पान दिसत होती. बापाचे नाक-डोळे आणि आईचा हळदी रंग जन्मानंच तिला दिला होता. गजरा सूर्याला मावळू देत नव्हती अन् चंद्राला उगवू देत नव्हती! नव्या पातळाची लाल घडी आणि पिवळी काडी उठून दिसत होती.

लेकीचं हे रूप न्याहाळून आई जवळ आली आणि तोंडावरनं हात फिरवून म्हणाली,

"बाबा, जपून जा हं, नजर वाईट असती बाई!" येवढं बोलून ती थांबली आणि गजरा बाहेर पडली. गौर सजल्यागत ठुमकत चालली आणि तिच्या आईचं मन कचवचलं. सांगावं का नको असं एकदा-दोनदा मनात म्हणून तिनं पुन्हा हाक मारली. गजरा जवळ आली तशी ती तिला म्हणाली,

"हे बग, रानात जातीयास, कुणी कसा असतो, कुणी कसा असतो-"

"असंना! चेपली न्हाई का माज्या पायात?" असं ती मोठ्या तोऱ्यानं म्हणाली आणि पाठ फिरवून चालू लागली.

शेंगा वेचून तिनं लुगडं घेतलं होतं. कालच्या बाजारीच सोनपितळीची फुलंही आणून कानात घातली होती. तिला हुरूप वाटत होता. गाव मागं टाकून ती झपाट्यानं पुढं निघाली. एकेक रान मागं पडू लागलं. गावच्या वस्त्याही दिसेनाशा झाल्या. आणि खाली निव्वळ मोकळं रान पुढं पसरलं. शेंगाचं वावर बघत गजरा पुढं निघाली आणि खाली वाकून शेंगा वेचू लागली. नव्या पातळात गुंग झालेलं मन शेंगा वेचण्यात गढून गेलं.

दिवस डोक्यावर आला होता. भर दुपार झाली होती. आणि एकाएकी गजरा सावध झाली. अंगाचा थरकाप होऊन ती बघत उभी राहिली. मागे बघितलं. पुढे बघितलं. आसपास कुणीच नव्हतं. सबंध रानात कुठं माणूस दिसत नव्हतं. बघावं तिकडं मोकळं वावर. माणसाचा वाराच नव्हता. आणि मग मागनं शीळ घातल्यागत का व्हावं? चांगली तोंडानं घातल्यागत शीळ ऐकू आली! तिचं मन चरकलं. गालाला एका हाताचा मुटका लावून ती उभीच राहिली. थोडा वेळ उभी राहिली आणि आपल्या मनालाच म्हणाली, 'ह्या मोकळ्या रानात कोण शीळ घालणार? काय तरी भास झाला असंल.' असं म्हणून पायानं डबरं उकरत ती पुढंच चालली. मातीतली शेंग वर येऊ लागली तशी ती खुरप्याच्या टोची मारीत पायाखालचं रान तपासत राहिली आणि एकेक शेंग वेचून ओट्यात टाकता टाकता पुन्हा तिचं भान हरपलं. आपल्या कामात ती गर्क होऊन गेली.

दिवस थेट डोक्यावर आला होता. ऊन पाठीवर तापत होतं. घामानं चोळीची ठुशी भिजली होती आणि एकाएकी कोणतरी म्हणालं,

"ये की ग, बस की ग, बोल की ग."

गजराचं काळीजच थंडगार झालं! हात-पायच लटपटू लागले. चट्दिशी मान वळवून तिनं मागं बघितलं. नुसतं मोकळं रान पसरलं होतं! आणि मग कोण बोलतंय म्हणायचं हे ? काही कळेना झालं. भर दुपारची वेळ, अवतीभोवती ना माणूस ना काणूस; आणि चांगलं पाठीमागं उभं राहून बोलल्यागत बोलणं ऐकू आलं. शेंगा वेचायच्या थांबून ती बघत उभी राहिली. जवळपास कुणी नव्हतंच, तर

कोण दिसणार? चारी बाजूला नजर देत गजरा एक घटकाभर उभी राहिली.

आणि अवचित तिच्या ध्यानात आलं- हे पिराचं शेत!

तिच्या अंगावर झरझर काटा आला. चटकन तिची नजर समोरच्या बांधवर गेली. भलं जंग आंब्याचं झाड गपगार उभं होतं. ते झाड बघून तिला भीती वाटू लागली. दाढीवाल्या करीमभाईनं गुदस्ता ह्याच झाडाला गळफास लावून घेतला होता. मढं दोन दिवस झाडाला तसंच लोंबत होतं. झाडाकडं बघताना गजराच्या डोळ्यांपुढं ते जसंच्या तसं येऊन उभं राहिलं. ती जीभ, ती दाढी नजरेपुढनं हलेना झाली आणि मनात आलं- त्योच तर बोलवत नसेल?

तिचं मन चरकलं. लोकांनी सांगितलेलं तिला आठवू लागलं- तरणीताठी बाई, एकली या पिराच्या रानातनं निघाली, म्हणजे करीमभाई तिला हाका मारतोय! हे तिच्या आईनंही तिला एकदा सांगितलं होतं. कधीकधी तो वाट अडवून उभा राहतो- असंही तिनं ऐकलं होतं. हे आठवलं आणि रानात उभं न राहता तिनं पाय उचलला. आंब्याच्या झाडाकडं पाठ करून ती सपाट्यानं चालू लागली. कधी एकदा पिराच्या रानातनं बाहेर पडीन, असं झालं होतं. पाऊल जमिनीला ठरत नव्हतं आणि कुणीतरी पदर धरून तिला ओढतंय असं वाटत होतं! पायांतलं बळ गेल्यागत झालं आणि तिची तिला पावलं जड वाटू लागली. हातापायांत गोळे आल्यागत होऊन पाऊलच पुढं टाकता येईना झालं. फाटक्या चेपल्यात माती शिरून त्या पायांतनं निसटू लागल्या. खाली वाकून त्यांची धुरी नीट मागं ओढायलाही ती थांबली नाही. तसेच पाय ओढत आणि चपल्या फरफटत ती पुढं चालली. पदराला जोरानं हिसके बसू लागले. मागं वळून बघावं तर छाती होईना. ती कशीबशी पिराचं रान ओलांडून दुसऱ्या वावरात आली. तिला तावडीतनं सुटल्यागत झालं. पदर ओढून तिनं पुढं घेतला. त्या पदरानंच तोंडावरचा घाम पुसला. सारं अंग घामानं थबथबलं होतं. पोटात घाबरा पडून, छाती भरून आल्यागत झाली होती. उरातली धडधड कानाला ऐकू येत होती. धड श्वास आत गिळता येत नव्हता, बाहेर सोडता येत नव्हता. कोरड पडून नरडं वाळून आलं होतं. घोटभर कुठंतरी पाणी प्यावं, आणि कुणाची सोबत मिळाली तर बघावी; म्हणून ती लांब नजर टाकून बघत राहिली.

आसपास सगळं मोकळं रान पसरलं होतं. कुठं कुठं तरी बांधाची झाडं तेवढी उभी होती. जवळ वस्तीही कुणाची आठवेना झाली. कुठं जावं कळेनासं झालं आणि ती तशीच पाय उचलून चालू लागली. चकवा व्हावा आणि वाट चुकावी तशी तिची गत झाली. भर दुपारी दिशाभूल झाली आणि गजरा रानं तुडवीत राहिली. आरून फिरून पिराच्या रानाभोवतीच येऊ लागली. घटकाभर चालावं आणि तोंड वर करून बघावं तर समोरच तेच रान दिसू लागलं आणि तेच आंब्याचं झाड पुढं

येऊ लागलं!

तास-दोन तास हा घोळ झाला. आणि मग तिला एक लांबवर वस्ती दिसली. उसाच्या पाल्याची खोप दिसू लागली. त्या खोपीच्या दिशेने ती पुढं निघाली; पण काही आठवेना झालं. मळा कुणाचा, खोप कुणाची- सगळंच विसरल्यागत झालं. आणि पायाखाली मळलेली वाट लागली. त्या वाटेनं तिला बरोबर खोपीवर आणून सोडलं. खोपीसमोरच विहीर होती. एका अंगाला उसाचा फड होता. ती धावेवर येऊन उभी राहिली. आणि गजरा येडबडली.

दावणीचे दोन बैल रवंथ करीत बसले होते आणि खोपीच्या गार सावलीत एक तरणाबांड गडी उघड्या अंगानंच कांबळावर पसरला होता. नुसता एक लंगोटा लावून पडला होता. त्याची काही ओळख लागत नव्हती. ना ओळख ना देख. हळी कशी द्यावी? झटक्यानं तिथनं मागं वळावं असाही विचार तिच्या मनात आला आणि ती गर्रकन वळून मागं फिरली. मनात आलं- ओळखीचं रान दिसेना, पायाखालची वाट सापडेना, आणि जावं तरी कुठं? धाव उतरून खाली आलेली गजरा पुन्हा मागं फिरून धावेवर आली. तिच्या पायांच्या आवाजानं डोळे झाकून रवंथ करणारा एक बैल, चाहूल लागून बघत राहिला आणि तिच्या अंगावरचं नवं लुगडं बघून बुजल्यागत चटदिशी तो उठून उभा राहिला. कुबड आल्यागत त्यानं पाठ वर केली आणि मान वाकडी करून तो वास घेऊ लागला. खोंडाचं ते हुंगणं आत खोपीपर्यंत ऐकू जाऊ लागलं.

कांबळ्यावर उघड्या अंगानंच पडलेला गडी जागा झाला. त्यानं डोळे उघडले आणि स्वप्नात परी दिसावी तशी त्याच्या डोळ्यांना गजरा दिसू लागली. त्याला खरं वाटेना. तसा तो उठून बसला आणि नीट डोळे उघडून बघत राहिला. खुडून घ्यावी अशी देखणीपान बाई धावेवर उभी होती! ही कोण? कुठली? का आली असेल? काय हेतूनं आली असेल? त्या गड्याच्या छातीत धडधडलं आणि उठून बाहेर न जाता बसल्या जागीच तो बसून राहिला. दृष्टभेट झाली आणि गळ्यात एक तिखटाची गुळणी आल्यागत त्याला झालं. खोपीत दुसरं कुणी माणूस नव्हतं. आणि समोर धावेवर ताजं टवटवीत, पिवळं धमक केवड्याचं कणीस उभं होतं. उन्हात गोऱ्या गालांवर लाली आली होती. गजरा अधिकच देखणी दिसत होती. त्यानं हे रूप न्याहाळलं आणि डोळ्याला डोळा देऊन विचारलं,

"कोन बाई? का आलीयास?"

दोन पावलं पुढं टाकून गजरा बोलली,

"उन्हानं तान लागलीया. पाणी मिळंल म्हणून आलोय."

तिचं हे बोलणं दोन्ही हातांत झेलल्यागत तो लगेच उठून उभा राहिला. त्याला एकाएकी हुरूपच आला. उशाचं धोतर हातात घेऊन तो गडबडीने कमरेला गुंडाळू

लागला आणि घाईनं धोतराच्या निऱ्या करता करता एकेक निरी मनात उलगडू लागली- जवान पोरगी भर दुपारच्या वेळी, कोण नाही हे बघून खोपीपुढं येऊन उभी राहिलीय आणि तहान लागलीया म्हणून पाणी मागती! तिची तहान काय पाण्यानं मरणार? एवढी लई व्याकुळली असती, तर धावेवर बघत कशाला उभी राहिली असती? आली तशी गप विहिरीत उतरून पाणी पिऊन निघून गेली नसती? आणि त्यानं हसून बघितल्यागत केलं आणि तिची नजर खाली भुईकडं वळली, तसा तो तिला म्हणाला,

"भाईर उनात का ऱ्हायलीयास? आत सावलीला तरी ये की!" असं म्हणून तो रोखून बघत राहिला आणि ती धावेवरच उभी राहिली. तिला अवघड वाटलं.. आत तरी कसं जावं? दुसरं तिसरं कुणी माणूस आत नाही. एकटा तरणा गडी! मान खाली घालून ती खोपीबाहेरच उभी राहिली. आणि जवळ येत तो म्हणाला,

"खुळे, भाईर का? आत ये की ग." तिनं लाजून एकवार वर बघितलं आणि मग खोपीकडं पाठ करुन ती उभी राहिली.

त्यानं एक आवंढा गिळला. चोर पावलानं तो जवळ जाऊन उभा राहिला. न कळत तिच्या पदराचा शेवट बोटांच्या चिमटीनं हातात धरला आणि विचारलं,

"कोण पावणी ग तू?"

खालचा ओठ तिनं दुमडून आत घेतला आणि लग्नात नवऱ्याचं नाव घेताना बायका जशा लाजतात, तसं लाजून तिनं स्वत:चं नाव सांगितलं,

"मी गजरा."

त्याला घाई झाली. हातात धरलेला पदर त्यानं हळूच मागं ओढला. पदराला ओढ लागली आणि गजराच्या छातीत धस्स झालं! बावरून तिनं मागे बघितलं आणि तो म्हणाला,

"ये की गं."

"सोडा." असं म्हणून ती पुढं ओढ घेऊ लागली. त्यानं हात धरला. जवळ ओढलं आणि मानेजवळ तोंड घेऊन म्हटलं,

"बस की ग, बोल की ग, भ्या कसलं त्यात?" एवढं बोलणं ऐकलं आणि तिच्या अंगात चार गड्यांचं अवसान आलं! हातात धरलेला मासा उसळी मारून निसटून जावा, तशी त्याच्या मिठीतनं ती निसटली. तोंडावर हात घेतच पळत सुटली. मान फिरवून मागे बघायची तिची छाती होत नव्हती. अजून कुणीतरी पदराला ओढतंय असं तिला वाटत होतं. ती पुढं पळत होती आणि पदर धरून कुणीतरी म्हणत होतं. - 'ये की ग, बस की ग, बोल की ग'- तिला भान राहिलं नव्हतं. ती सारखी पळत होती आणि मोकळी रानं मागं जात होती. कण्याभोवती चाक फिरावं तशी रानं तिच्या भोवती फिरत होती...

तिसरा प्रहर उलटून गेला. हातातल्या खुरप्याचा पत्ता नव्हता. वेचलेल्या शेंगा ओट्यात राहिल्या नव्हत्या. नुसता जीव घेऊन ती कशीबशी पळत होती. पायांच्या तळव्यांना सराट्याचे काटे बोचू लागले आणि तिच्या ध्यानात आलं, पायांत चेपल्याही राहिल्या नव्हत्या. रानं जाऊन ती फोंड्या माळावर आली होती. आंब्याची, लिंबाची, बाभळीची झाडं दिसेनाशी होऊन पळसाची अन् बोराची झुडपं डोळ्यांना दिसू लागली. तिच्या ध्यानात आलं- हा सोंडी माळ. आता गाव जवळ आलं होतं. गाडीवाटेचा शोध घेत ती पुढं चालली. थोडं अंतर चालून गेल्यावर आडवी गाडीवाट लागली. जीव भांड्यात पडल्यागत झाला. पायाखालची वाट लागली, तशी ती थबकली. पळून तिला दम लागला होता. अंग सगळं घामानं न्हाऊन निघालं होतं. ती दमून गेली होती. पदरानं तिनं घाम पुसला. अवती-भवती बघितलं. गुरं घेऊन चाललेली पोरं दिसत होती. लांब एका अंगाला मेंढरांचा खांड उभा होता. तिनं वर आभाळाकडं बघितलं- दिवसाचा गोंडा फुटला होता. मग मागं वळून बघितलं. कुणाचीतरी सोबत मिळेल म्हणून थोडा वेळ ती थांबली आणि थांबायचाही धीर होईना तशी चालू लागली. कडुसं पडायच्या आत गावात जावं आणि आपलं घर गाठावं, म्हणून ती झपाट्यानं निघाली. अजून तिच्या अंगावर थांबून थांबून काटा मारत होता. सरसरून काटा आला म्हणजे दाताला दात बडवत होते.

कडुसं पडायला ती चांभारवाड्यात शिरली. घर जवळ आलं आणि गळ्यात हुंदका मावेना झाला. चूल न पेटविता आई लेकीचीच वाट बघत दारात बसली होती. आंधार पडला, तरी अजून लेक घरला आली नाही म्हणून तिला काळजी लागली होती. गजरा समोर आली, तशी ती म्हणाली,

''एवडा का ग येळ?''

आणि काही न बोलता गजरा उभ्यानं अंगावर कोसळली. कडकडून आईच्या गळ्याला मिठी मारून ती हुंदके देऊ लागली.

गजराच्या आईचे हात-पायच गळाले. तिनं तिला पोटाशी धरलं आणि विचारलं,

''का ग बाई, काय झालं?''

काय झालं हे गजराला सांगता येईना! तिला कडकडून थंडी वाजून आली. भोकार फुटल्यागत झालं. तोंड उघडून काही बोलता येईना, सांगता येईना अशी तिची गत झाली. आईनं गडबडीनं सारं अंग चापचून बघितला. हातपाय गार पडले होते. वट्यांत शेंगा नव्हत्या. खुरपंही नव्हतं. पायांत चपलीही दिसत नव्हत्या. काय झालं म्हणून विचारलं, तर लेकीच्या तोंडातनं एक चकार शब्द बाहेर येत नव्हता, आणि तिच्या आईलाही काही सुचत नव्हतं. काय झालंय न समजून जीवाला कडासणं पडल्यागत झालं आणि तिचेही हातपाय गार काला होऊन गेले. ''माजी बाई ग, काय झालं ग'' म्हणून तिनं गळाच काढला.

चांभारवाडा सगळा गोळा होऊन आला. चार बायका पुढं झाल्या. गजराला उचलून आत नेलं. एकाला दोन वाकळा टाकून मऊ अंथरूण केलं. त्यावर तिला झोपवली. अंगावर घोंगडी टाकली. एकीला दोघी बायका पायथ्याला बसल्या. आणि गरम राखेनं तिचे पाय चोळू लागल्या. असे नाना उपाय करून तिला ऊब आणली. थोड्या वेळानं थंडी गेली आणि ताप भरला. भयंकर ताप. जवळच्या माणसाला तिच्या अंगाची धग जाणवू लागली असा ताप भरला. फुललेला कोळसा दिसावा तसं तोंड लालभडक दिसू लागलं आणि गजरा बडबडू लागली- ''ये की ग, बस की ग, बोल की ग.''

एक म्हातारी बाई पुढं आली. तिनं तिला नीट न्याहाळलं आणि तिचं बडबडणं ऐकून ती म्हणाली-

''जावा. कुणातरी मंत्र्याला बोलावून आना. तिला लागिर झालंया.''

आता रातोरात मंत्री तरी कुठनं आणायचा? बघू, सकाळ होऊ दे, असं म्हणत रात्र गेली. दिवस उगवला. गजराचा तापही सकाळी उतरला. तोंड उघडून ती एक घोटभर चहा प्याली. जरा हुशारी आली. बोलायला तोंडही आलं. काल घडलेली एकेक गोष्ट तिला आठवू लागली. सभोवती दहा बायका बसून होत्या. त्यांनी अशान् अशी सगळी हकीगत चित्त देऊन ऐकली.

आणि मग गजराची आई म्हणाली,

''बाई, ह्यो करीमभाईच ग! दुसरं कोन न्हवं!!''

दुसरी एकजण बोलली,

''दुसरं कोन असतंय? नवं लुगडं नेसून गेली होती. ह्यो करीमभाईच!''

सगळ्यांची अशी खात्री झाली, पण गजराच्या भावाला हे काही अजून पटत नव्हतं. त्या सगळ्या बायकांना खुळ्यात काढून तो म्हणाला,

''तुम्हां बायकास्नी भुताशिवाय दुसरं काय दिसत न्हाई. उगच करीमभाई, करीमभाई म्हणूं नगा.''

त्याच्या आईनं रागानं विचारलं,

''मग उगंच्याउगं थंडी वाजून ताप का आला रं?''

तो म्हणाला,

''उनातानाचं फिरलंय, कुठल्या खोपीवर गेलंय, तिथं त्या बाबानं तिचा हात धरला. तोंडावर हात घेत आलंय. भ्या वाटून थंडीताप आलाय!!'' असं म्हणून तो आपल्या बहिणीला विचारू लागला,

''व्हय ग गजरे, खोप कसली होती? कुठल्या अंगाला हाय?''

त्याच्या आईनंच त्याला विचारलं,

''काय इचाराय लागलायस रं तिला तू?'' तो रागानं म्हणाला,

“काय इचाराय लागलास म्हंजे? खाणाखुणा इचारून घेतो. आणि दोन लोक घेऊन बघून येतो की कोन एवढा हात धरायला सोकावलाय, बगूं या तर!”

तो असा तावातावानं बोलला आणि त्याची आई म्हणाली,

“काय बगतोस रं खुळ्या! निचल खुळा हाय तू! तुला कळंना झालंय्.”

पोरानं विचारलं,

“मलाच कळना झालंय व्हय?”

“तर काय कळतंय तुला? कोन बाबा हाय त्याला बगायला जातो म्हंतोस म्हंजे किती गाड्या अक्कल असंल तुला?”

“अग आई, मग जाऊन बगायला नको कां ग?”

आई म्हणाली,

“काय बगतोस माझ्या मुडद्या! बगायला जाशील, अन् तुला काय तरी होऊन बसंल! ‘ए, ये की ग, बस की ग, बोल की ग,’ असं त्यो म्हणाला, ह्याचा अर्थ तुला कळंना झालाय, आणि दोन लोक घेऊन बगाय निगालाय!”

आई अशी रागानं बोलली तसं त्यानं विचारलं,

“मग काय करायचं म्हंतीस ते तरी सांग.”

“सांगतो एवढं कर.”

“काय करू?”

“एक कोंबडी घेऊन ये जा.”

“आणि?”

“आणि म्हणून इचारत बसू नग, चट्‌शिरी उट नि सांगितल्यालं कर.”

नाईलाजानं तो उठला. थोड्या वेळानं एक कोंबडी घेऊन आला. करीमभाईच्या नावानं लेकीवरनं ती कोंबडी उतरली. गजराच्या अंगावरचं नवं पातळही काढून हातात घेतलं. त्याची नीट घडी घातली. ते पातळ, ती कोंबडी आणि बाकीचं सारं सामान ती पोराजवळ देऊन म्हणाली,

“येवडं घेऊन जा आणि आंब्याच्या झाडाखाली ठेवून एक मोळा मारून ये. आणि हात जोडून सांग, म्हणावं-बाबा. आता ह्यावर थंड हो! आता आणि आमच्या मागं लागू नगो. तुझं सगळं केलंय.”

सगळा सराजामा घेऊन पिराच्या शेताकडं जायला म्हणून पोरगं बाहेर पडलं. आणि हुस्स् करून एक सुस्कारा टाकून म्हातारी म्हणाली,

“फुलागत माजी नाजुक लेक हौसंनं नवं लुगडं नेसून रानात गेली. त्या लुगड्यावरच मन बसलं त्या भाड्याचं! माझ्या लेकीला ते पाण्यात सुदिक घालून दिलं न्हाई! लई आवडलं होतं, घेऊं ऽ ऽ न बस म्हनावं त्याला!”

आणि कोंबडी उतरल्यावर शुद्धीत आलेली लेकही आईला म्हणाली,

"अग आए, डुग्यांची खोप बग ती. कालपासनं काय कळत न्हवतं. आत्ता आठवाय लागलं बग."

"मग तुजा हात कुणी धरला ग गजरे?"

"बाबू डुग्या ग. माझा हांट्या!"

आई तोंडाकडं नजर लावून बघत राहिली. भूल पडल्यागत झाली, आणि तिनं विचारलं,

"बाबू डुग्या म्हंतीस? आनि मग 'ये की ग, बस की ग, बोल की ग,' असं का म्हणावं ग त्यानं?"

असं का म्हणावं ह्याचा उलगडा त्या मायलेकींना होईनासा झाला आणि त्या दोघी एकमेकींच्या तोंडाकडंच बघत राहिल्या!

∎

पुरावा

रात्रीचा तुकडा खाऊन लोक झोपले होते. गावात जिकडं तिकडं सामसूम होती. आणि एकाएकी बोंब ऐकू आली! ठो-ठो कोणतरी बोंबललं आणि पाठोपाठ ओरडा सुरू झाला. त्या ओरडण्यानं सारं गाव दणाणून गेलं. दोन तीन आळीची माणसं जागी झाली. भराभर दारं उघडून बाहेर आली. अंगणांत उभं राहून ऐकू लागली. बापयं उघड्या अंगानंच दाणदाण पळत सुटले, आणि बायका तोंडाला पदर लावून आणि दाराला कान लावून उभ्या राहिल्या. रात्र तर भरगच्च झाली होती. अंधार मावत नव्हता. डोळ्यांत बोट घातलं तरी दिसत नव्हतं. काय चोरी झाली म्हणून समजावी का कोण गेलं म्हणून समजावं? काही कळत नव्हतं.

आवाजाच्या दिशेने लोक पळत सुटले. घाईनं पायांत आणि अंगांत न घालता निघाले. झोपेतनं उठून तसेच बाहेर पडले. गल्लीगल्लीतनं माणूस जमा होऊ लागलं. भजनासाठी समाजमंदिरांत गोळा झालेली मंडळी हातातले टाळ टाकून पळत सुटली. ह्या अंगानं आवाज येतो, त्या अंगानं आवाज येतो असं म्हणत लोक बरोबर ठिकाणाला येऊ लागले.

बाबू मांदिशाच्या घरापुढं जत्रा भरली होती! भोवतीभर माणूस उभं होतं. माणसांनी रस्ता भरून गेला होता. पाय ठेवायला एक मुंगीएवढीसुद्धा जागा शिल्लक नव्हती. सारा रस्ता भरून गेला तशी माणसं आसपासच्या दरडीवर चढून उभी राहिली. हां नाही हूं नाही. समोरचा खेळ बघत गप्पच राहिली.

बोलूनचालून नवराबायकोचं ते भांडण सुरू होतं. जवळ जाऊन कोण सोडवणार? आणि मधे पडून ते सोडवण्याच्या पलीकडं गेलं होतं. काही न करता लोक नुसते तोंडानं चुकचुकत उभे होते.

मांदिशाचा बाबू बेहाय खवळला होता. दारू प्याल्यागत तरबत्तर झाला होता. कुणीकडच्या काहीच बोलत होता. बायकोवर बेफाम भडकला होता. तो काय करील याचा नेम नव्हता. शर्यतीच्या वेळी बैलाला मारल्यागत तो बायकोला झोडपत होता. दोन्ही हातांनी दणकत होता. आणि फुगडी घालावी तशी बायको अंगणात नाचत होती. रिंगण धरून फिरत होती. दणका बसून कळ आली की 'अग आई-आई' म्हणून ओरडत होती आणि दुसरा दणका बसला की उभ्यानं भुईवर पडून तोंडावर हात घेत होती. ती ओरडली म्हणजे 'ओरड तुझ्या आयला' असं म्हणत होता आणि तिनं तोंडावर हात घेतला की, त्याला चेव येत होता. झेल होऊन अंगावर जात होता. बायको बिचारी तळमळत होती.

बघवत नव्हतं! पण नुसतं बघण्यापलीकडे काही करता येत नव्हतं. दोन वर्षांच्या नातीला कडेवर घेऊन त्याचा बाप त्याच्या भोवती फिरत होता. त्याला आडवायला मधे जात होता. त्याची आई सारखी चेंडूगत पायात येत होती. कुणालाच तो जुमानत नव्हता. बेलाशक आई-बापाला बाजूला सारून तो बायकोवर चाल करून जात होता. दातओठ खाऊन दणके देत होता आणि तोंडाला येतील तसल्या शिव्या मोजत होता. बंदूक उडावी तसा एकेका शब्दाचा आवाज होत होता आणि तिचं ओरडणं गगन भेदून जात होतं. तोंड पसरून गुरागत ती ओरडत होती. ऐकणाऱ्याच्या आतड्याला पीळ पडत होता. हा असला मार बघून पोटात कालवून येत होतं.

अखेर दोघा-चौघांना राहावलं नाही. हा गडी आता बायकोचा प्राण घेणार आणि आपल्या डोळ्यादेखत हत्या होणार हे बघून ते पुढं झाले. मधे पडून त्याला आडवू लागले, तसा तो तोंड वळवून उभा राहिला. आणि हात उगारून म्हणाला - ''खबरदार कोण फुडं याल तर! आमच्या नवरा-बायकूच्या भांडणात मधी पडायचं कारान न्हाई तुम्हांला.''

त्याच्या या भाषणानं पुढं गेलेली मंडळीही दबकली. अंग सावरून तिथंच उभी राहिली. तो पुन्हा म्हणाला-

''व्हा मागं! बायली हिचा जीवच घेतो.'' असं म्हणत तो पुन्हा तिच्या अंगावर मारायला धावला. तो चवताळून अंगावर आला तशी ती ठो ठो बोंबलू लागली. मग लोकांनीही धाडस केलं. काय होईल ते होईल म्हणून ते पुढं गेले. आणि मारक्या बैलाला धरावं तसं त्याला धरून उभे राहिले. वेसणीला धरलं तरी बैलानं शिंग हलवावं तसा तो मान हलवून हिसके देऊ लागला. त्यांच्या मिठीतनं सुटायला बघू लागला.

लोकांनी त्याला धरून ठेवला तसा तो नुसताच तोंडानं शिव्या देत उभा राहिला, ठीस ठीस करत ऊदमांजरागत तिच्याकडं बघत राहिला.

भुईला पडलेली त्याची बायको हाताचा रेटा देऊन उठून बसली. गळा काढून रडू लागली. मारानं तिची दशादशा उडाली होती. अंगावरचं पातळसुद्धा सरळ राहिलं नहतं. चोळीही वीतभर फाटली होती. एखाद्या वडारणीची कळा तिला आली होती. बुचडा सुटून केस लोंबत होते. गळ्यात आले होते. कपाळावरच्या लोंबणाऱ्या बटा तिच्या तोंडात जात होत्या. रडणाऱ्या मुलाप्रमाणे ती पाय पसरून तशीच बसून राहिली. केस तेवढे हातानं गाळा करून बुचडा बांधत ती म्हणाली-

"कशाला धरून ठेवलाय? सोडा, सोडा त्याला. जीव घ्यावा म्हणतो तर घेऊ द्या की! ए बाबा, हाण तुला किती हाणायचं हाय ते."

असं म्हणून ती उठली. त्याच्या जवळ जाऊन बसली. पायाला पाय लावून आणि गुडघे वर करून त्याच्याकडं बघत राहिली. गप बसायचं सोडून त्याला डिवचत राहिली. तो उसळून म्हणाला-

"बघा कशी कवसकुल्ली काय! एवढं हाणलं, बडीवलं तरी तिच्या अंगातला तिडा गेलाय का बघा!"

ती उलटून बोलली-

"न्हाई, लई तिडा अंगात हाय माझ्या! हाण बाबा, सोडतोस का असं?"

उसळी मारून तो कसा लोकांच्या हातातनं निसटला काही कळलं नाही. वाघागत बायकोच्या अंगावर त्यानं झेपच घेतली. बेसावध असलेल्या बायकोच्या अंगावर तो असा एकाएकी चवताळून गेला तशी ती भिऊन उठायला गेली आणि कंबरंतच गुडघा बसून तोंडघशी पडली. एक किंकाळी फोडून गपगार झाली.

ना हालचाल, ना आवाज बघून लोक घाबरून गेले. त्याचा बाप धावत आला. म्हणाला-

"लेका, जीव घेतलास काय तिचा?" सारा गोंधळ उडाला. तिच्या सासूनं आत जाऊन तांब्याभर पाणी आणलं. थबाथबा तिच्या मस्तकावर मारलं; पण तोंड काही उघडेना आणि हालचाल काही सुरू होईना. तोंडाला मिठ्ठी पडली होती. दातांवर दात आवळून बसले होते. दातखिळीच उघडत नव्हती. लांब उभा राहून तो म्हणाला-

"दातखिळी बसली असंल. उलाथनं घाला तोंडात. काय घाबराय लागलाय?" चंचीतनं एक सुपारी कातरायचा अडकित्ता काढला आणि तो देत म्हणाला, "बघा, ह्यानं उघडतंय का तोंड."

तोवर आतनं कोणीतरी दोन-चार कांदे बाहेर आणले. कांदा फोडून नाकाला लावला तसं तोंड उघडून तिनं श्वास घेतला. एकजण म्हणाला,

"मेली न्हाई, जित्ती हाय."

लोकांची चिंता दूर झाली आणि तो बोलला,

"का मरंल अशी ती? सुखासुखी मरणार व्हय ती? आपुन मरून आम्हाला मारणारी बाई हाय ही!"

"काय बाबूराव बोलणं हे! आता राग आवरून गप बसा बघू." असं म्हणून लोक त्याला आवरू लागले. शांत करू लागले. समजावून सांगू लागले; पण उलट तोच लोकांना विचारू लागला,

"कसा राग आवरू? कसा शांत होऊ आणि कसा गप्प बसू?"

"अरं पर झालं तरी काय?"

"काय झालं?" असं विचारून तो सांगू लागला,

"काय सांगायचं तुम्हाला? अहो ही बावन्न खोडीची बाई, आजरोजी आमच्या घरादाराचा घात करत होती." शुद्धीवर आलेली त्याची बायको लांबनंच हात करून बोलली,

"काय घात केला, सांग बाबा!"

तो सांगू लागला-

"अहो, आज रोजी ही आत्महत्या करून घेत होती! मध्यान रात्री उठून ह्या बाईनं राकेल तेलाची बाटली हातात घेतलीया आणि घरभर हिंडाय लागलीया."

"चिमणीतलं त्याल संपलं होतं मग बाटली हातात घ्याला नको!"

तो ओरडून म्हणाला,

"अग, बाटली हातात घे, पर घरभर कशाला हिंडत होतीस? जागा बघत होतीस व्हय?"

तीही ओरडून म्हणाली,

"जागा कशाला बघू ऽ ऽ ऽ काडी वडायला काड्याची पेटी बघत होतो."

"आणि काडी लावून मोकळी होत होतीस! आम्हाला तुरुंगात धाडायचा बरा इचार कला होतास."

"काडी वडून चिमणी लावत होतो."

"अग मध्यान रात्री तुला चिमणी कशाला पायजे होती? सरळ सांग की अंगावरचं लुगडं पेटवून घेऊन मरायचा विचार केला होता म्हणून!"

असं म्हणून तो लोकांना सांगू लागला,

"बघा कसा घाट घातला होता हिनं! मी जागा होतो म्हणून बरं, न्हाईतर हिनं आत्महत्याच केली असती. आणि आमची पाचावर धारण बसली असती. दिस उगवायला पाटील, तलाठी पंचनामा करायला घरला आलं असतं तर बाप, ल्याक आणि आई अडकलं असतं का न्हाई? ही मरून मोकळी झाली असती पर आम्हाला सोडवायला कोण हिचं आईबाप आलं असतं?"

बाबूराव सांगत होता आणि लोक शांतपणानं ऐकत बसले होते. त्याचा राग

थोडा शांत झाला तसा एकानं प्रश्न विचारला,

"अहो बाबूराव, आपला जीव कुणाला नको झालाय का?"

तो ओरडला,

"तुम्ही काय सांगताय मला? अहो ती बावन्न खोडीची न्हाई, बाहत्तर खोडीची बाई हाय! तिला आईबा नको झाल्यात माझं! आता सांगा मग कसं करायचं? ह्या म्हाताऱ्या आईबास्नी कुठं न्हेऊन सोडू? त्यांच्या गळ्यांत चिट्टी बांधून सोडू व्हय?"

ती लांबनं हात नाचवत म्हणाली,

"का माझ्यावर अशी अदावत घेता?"

"तुझ्या आयला ऽ ऽ ऽ गप्प बस तू! चकार शब्द बोलू नगो. मस्तक खवळतंय माझं!"

तिनं विचारलं,

"उगचच्या उगच का मस्तक खवळतंय? तुमचं मस्तक खवळतंय, तर मग माझं किती खवळत असंल?"

तिच्याकडं बोट करून तो सगळ्यांना सांगू लागला,

"बघा बघा कशी बोलती ही! तुमीच इच्चार करा असल्या ह्या कवस कुल्ली बाईसंग कसा संसार करत अशीन मी!"

खाली असलेली उठून उभी राहत ती म्हणाली,

"बाबांनो, तुम्हीच बघा. धबाधबा ह्याचा मार खात ह्या असल्या वाघासंग कसा संसार करत अशीन मी! इचार करा, ह्याचा जाच मी सहन तरी किती करू?"

लोक दोघांनाही आवरू लागले. 'गप बसा, गप बसा' म्हणून सांगू लागले. तोंडाला तोंड देण्यात काही अर्थ नाही, हे नानापरीनं पटवून देऊ लागले, पण तोही ऐकेना आणि तीही ऐकेना झाली, लोकांचे न ऐकून ती म्हणाली,

"बाबांनो, तुम्ही गप बसा. काय व्हायचं असेल ते होऊनच जाऊ द्या. मी गप कशी बसू? ज्याला मार लागतोय त्योच इवाळतोय न्हवं?"

तो उसळून बोलला,

"अग त्येच म्हणतोय मी तुला! आत्महत्या करून घ्याला उठलीस तू मग किती कळा आल्या असतील मला? आणि किती इवळावं मी?"

"तर! मी जीव देताना तुम्हांला कळा याच्याच की!"

तो उसळून म्हणाला,

"अग, तुझ्या जिवाची कोण पर्वा करतोय? आम्हाला आमच्या जिवाची काळजी हाय! समजलीस ! तू जीव दे. पर आमच्या जिवाला का फास लावतीस?"

तरातरा त्याच्या अंगावर येत तिनं विचारलं,-

"काय फास लावला तुमच्या जिवाला?"

"लावला न्हवतास; लावत होतीस! मी सावध म्हणून वाचलो. जीव देऊन मोकळी झाली असतीस तर काय झालं असतं?"

"चांगलं झालं असतं. तुमच्या तावडीतनं सुटलो असतो. ह्यो मार खायाला मग कशाला मिळाला असतं?"

"अग, अजून कुठं मारलंय तुला? अजून लई हाडं मऊ होनार हैत तुझी!"

ती म्हणाली,

"मग का गप बसलायसा? चल ए हाण. घे पराण घेउन मोकळा हो!"

तोही खवळून गेला. आणि उसळ्या मारत म्हणाला,

"आयला तुझा खूनच करतो! आता तुला जित्ता ठेवत न्हाई! सोडा मला... काय समजलीस, भाद्दरणे तू? मी असा तसा न्हाई, लई उलट्या काळजाचा हाय!"

त्याच्या तोंडावरनं हात ओवाळत ती बोलली,-

"अरं ते मला म्हाईतच हाय! कवा तरी तू माझा घात करणार, हे मी वळकून हाय. एक घास कवा मला सुखानं गिळू दिला न्हाईस. माझ्या बाबा ऽ ऽ ऽ"

तो बेजानं ओरडाला,-

"सोडा मला. खूनच पाडतो हिंचा! जीव द्यायला निघाली होतीस काय?"

"तवा देत न्हवतो; पण आता मतूर काय मी जीव ठेवत न्हाई, तुझ्या हातानं मराण येण्याची काय मी वाट बगत न्हाई."

तो म्हणला,-

"कशाला वाट बगतीस? आता निकाल लावतो!"

"तू निकाल लावायला बसलाईस हे मी वळकून हाय. पर तुझ्या हातचा मार खाऊन खाऊन मी कशाला मरू? तुझ्या दाढंत कशाला जाऊ? ही सुटली बघ मी!"

असं म्हणून मागचा-पुढचा विचार न करता तिनं धाडकन उभ्यानं जोत्याला डोकं आपटून घेतलं. नारळ फुटावा तसं डोकं फुटलं आणि तिथल्या तिथं सारं गपगार झालं.

एक क्षणभर कुणालाच काही कळलं नाही. गपागप लोकांनी आपले डोळे झाकून घेतले. झार झार झार अंगावर काटा उभा राहिला.

"अरं, काय हे काम झालं" म्हणून सासू-सासरे तिच्या अंगावर पालथे पडले. दोन वर्षांची तिची धाकटी मुलगी सासऱ्याच्या अंगावरनं खाली पडली आणि "आई आई" म्हणून ओरडू लागली. तिचं तोंड कुरवाळून म्हातारा बोलला,-

"पोरी, आता कुठली आई तुझी? ती गेली ग तुला सोडून?"

आक्रोश सुरू झाला आणि बाबू एखादी गोष्ट पटवून द्यावी तसा म्हणाला,

"बघितला, मी सांगत न्हवतो तुम्हाला? अहो मी हे वळकूनच होतो. चार

लोकांत हिनं जीव दिला म्हणून बरं. न्हाईतर आमच्यावर अदावत आली असती! उगच माझं माथं भडकलं न्हवतं... लोकांसमोर झालं म्हणून बरं झालं. न्हाईतर सांगून कुणाला पटलं सुदिक नसतं... बाबांनो, सांगत होतो त्याचा पुरावा बघा ह्यो!''

■

इसाळा

दिवस कलंडला तरी ऊन अजून झळ्या मारीत होतं. बाहेर पडायची सोय नव्हती. गप घरात बसावं तर मन रिझत नव्हतं. सुख एवढंच होतं की, अण्णा घरात नव्हते. काही कामानिमित्त ते परगावी गेले होते. आज कुणी विचारणार नव्हतं. हातांत पुस्तक घेऊन बसण्याचं सोंग आज केलं नाही, तर चालणार होतं. कुणाचा दराराच नव्हता. मोकळ्या मनानं उकिरड्यावरच्या गाढवागत सोप्यातल्या जाजमावर लोळलो लोळलो आणि मग उठून बाहेर जोत्यावर येऊन बसलो. आता सावली जोत्यावर आली होती, तरी जोत्याचा दगड अजून ऊन लागत होता. गल्ली भकास दिसत होती. ना माणूस. ना काणूस. मी एकटाच त्या ऊन ऊन जोत्यावर बसून राहिलो. ज्योत्यांतली धग अंगात शिरू लागली तशी मजा आली. हातपाय हलू लागले. खिशातले फुटाणे तोंडात टाकीत, मी नाना तऱ्हेची कवायत करू लागलो. बसल्याबसल्या पाय ताठ करून आणि टाचा एकमेकीला जुळवून, टेबलावर मास्तरांनी छडी आपटावी, तशा दोन्ही पायांच्या टाचा मी खाली आपटू लागलो. पाय आपटून आपटून दमल्यावर मान खाली घातली आणि कुंभाराच्या चाकागत अंगाभोवतीच फिरू लागलो. असं गरागरा अंगाभोवती फिरून डोळ्याला अंधारी आली, तसा हनुवटी गुडघ्यावर टेकवून गप देवागत बसून राहिलो.

एवढ्यात 'खाण-खाण-खाण' असा आवाज कानांवर आला आणि पाठोपाठ बाबू झेल्या छातीएवढी उंच लोखंडी सळी फिरवीत देवळाच्या अंगानं गल्लीत शिरला. त्याला बघून मी उठून उभा राहिलो तसा तो जवळ येऊन सदऱ्याच्या टोकानं घाम पुशीत म्हणाला,

"येणार का?"

“कुठं?”

“चल जाऊ सोंडीमाळाला- बोरं खायाला.” माझा विचार पक्का व्हायच्या आतच राजा वडगाव्या हातातल्या लांब सळीनं लोखंडी चाक फिरवीत जवळ आला आणि मध्येच उभ्या राहिलेल्या झेल्याच्या बाब्याला म्हणाला,

“का रं थांबलास?”

“ह्यो येतोय का बघू की.”

“चल, शाना हैस. हे येणार पडलं व्हय? तोंड बघा ह्याचं!”

मी जोत्यावरनं खाली उतरत म्हणालो,

“का रं? मी येणार न्हाई असं वाटलं व्हय?” माझी तयारी बघून राजा वडगाव्या माझ्या तोंडाकडं बघतच राहिला. थक्क होऊन त्यानं विचारलं, “खरंच येणार काय?”

“व्हय व्हय! काय पाय न्हाईत व्हय मला?”

“आम्ही लांब सोंडीमाळाला जाणार हाय!”

“चला की मग.”

राजाला हे खोटंच वाटून तो बोलला,

“कुठलं येतंय... उगंच म्हनतंय रं, कशाला लागलायस ह्याच्या नादाला?”

आणि ते दोघेही मला सोडून पुढं निघाले तसा मी पाठीमागून कळवळून म्हणालो,

“अरं येतो, की मी... ए अरं थांबा की.” मी खरंच मागनं पळत येतोय हे बघून ते दोघेही उभे राहिले. मी जवळ गेलो आणि राजा म्हणाला, “अरं, अण्णाला इचारून तरी ये.”

“ह्यात काय इचारायचं?” मी खिशातले फुटाणे त्या दोघांच्याही हातावर ठेवत म्हणालो, “चला, जाऊ.”

मी दिलेले फुटाणे तोंडात टाकून झेल्याच्या बाबूनं रदबदली केली, “येऊ दे की रं, तुझी काय बाभुळ बुडतिया?”

“बरं लेका चल.” असं म्हणून राजानं संमती दिली आणि मी त्यांच्याबरोबर चालू लागलो. वाटेत बाब्याचं घर लागलं तसा तो म्हणाला,

“राजा, थांब जरा... ही सळी ठेवून येतो.”

“माझंबी एवढं ठेव की चाक.”

सळी आणि चाक दोन्ही घरात ठेवून बाबू बाहेर आला आणि आम्ही तिघेही मोकळ्या हातांनी चालू लागलो. उनाचा तावही कमी झाला होता. झाडांची पानं हलू लागली होती. आम्ही वेशीत आलो तशी आणि दोन-तीन पोरं आमच्या संगं आली. मेंढराच्या खांडागत सारा रस्ता माखून आम्ही चालू लागलो. चालता चालता गोष्टी

करू लागलो. अण्णा परगावी गेलेला बघून मी माळाला निघालो. मनात कसलीही भीती नव्हती. सोंडीमाळावरच्या बोरीची झाडं अजून लांब होती तंवरच माझ्या जिभेवर त्याची तुरट-आंबट चव रेंगाळत होती. आमची पावलं वेगानं पडत होती. सहादाती खोंडागत आम्ही दुडक्या चालीवर निघालो होतो. माळाला जाऊन मनसोक्त बोरं खायची एवढंच भान मला राहिलं होतं. मी अगदी खुशीत चाललो होतो. सारीच मोठ्या मजेत चालली होती. चालता चालता पहिल्या रांगेत असलेला राजा वडगाव्या माझ्याबरोबर चालू लागला. पुढची पोरं उगीचच मागं वळून बघू लागली. गालातल्या गालात हसू लागली. मी त्यांच्या तोंडाकडं बघत निघालो आणि राजानं एकाएकी पाय आडवा घातला. मी धाडकन् तोंडघशी पडलो. सारी पोरं खॅ - खॅ हसू लागली. राजा लांब जाऊन एकटाच खो-खो हसू लागला. गुडघ्याला धोंडा लागून कळ जोरात येऊ लागली तसा मी दोन्ही हातांनी गुडघा धरून तोंडाला येतील त्या शिव्या देऊ लागलो. लांब जाऊन उभा राहिलेला राजा धावून अंगावर येत म्हणाला,

“शिव्या देतोस व्हय रं? दे बघू शिव्या.” राजा वडगाव्या म्हणजे एक हत्तीचं पिल्लूच होतं! ते तावदारून अंगावर आलं तशा तोंडात आलेल्या शिव्या घशाखाली गिळून मी रडव्या स्वरानं म्हणालो, “गुडघा फुटला की माझा!”

“मग कुणी याला सांगितलं तुला?”

“मग आलं संगं म्हणून तुझं काय बिघडलं?”

“चालता चालता पाय लागला. त्याला आम्ही काय करावं?”

“चालता चालता बरा पाय लागला?”

ह्यावर राजा आणि एक पाऊल पुढं येऊन म्हणाला, “व्हय, मुद्दाम पाय आडवा घातला! कुठं चावडीमागं जाऊन फिर्याद करणार हैस का?”

मी तोंड खाली घालून गुमान उठून उभा राहिलो. आणि एखाद्या परदेशी पोरागत त्यांच्याबरोबर निघालो. तशी बाबू झेल्याला कणव येऊन, त्याने राजाला अडवून विचारलं,

“का रं त्याची कळ काडलीस?”

एकानं वाचा फोडली तशी आणि एकादोघांनी विचारलं, “इनाकारणी त्याला का पाडलंस?”

राजानं सगळ्यांच्या तोंडाकडं एकवार बघून घेतलं. आणि नाक फुगवून तो म्हणाला, “का रं बेन्यानो? तुम्ही इचारनार कोन मला?”

ह्याला जवाब देण्याची कुणाजवळ ताकत नव्हती. तो विषयच एकाएकी थांबला. आणि आम्ही सगळे पुन्हा चालू लागलो. गणपत पाटलांचा मळा मागं

गेला. शेरी मागं गेली, आणि समोर सोंडीमाळाचं टेक दिसू लागलं. गुडघ्यातली कळ मी पार विसरून गेलो.

टेक चढून आम्ही सोंडीमाळावर आलो. बोरीची झाडं दिसू लागली तसं मन हरकून गेलं. एक एक झाड ओरबाडीत आम्ही पुढं निघालो. आवळ्याएवढ्या पिवळ्याधमक बोरांनी चड्डीचे खिसे भरले होते. काटे लागून हात ओरबडत होते. ढेकरा येत होत्या आणि तरी आम्ही पुढंच चाललो होतो.

ऊन उतरून सूर्य मावळायला आला तसं एकाएकी मला अस्वस्थ वाटू लागलं. समोरच्या झाडावर पिवळीधमक बोरं दिसत होती. बाकीची पोरं दोन्ही झाडं ओरबाडीत होती; पण माझं ध्यान गावाकडं लागलं होतं. मी मागं वळून गावाकडं पाहिलं. गाव पार लांब राहिलं होतं. किती लांब चालून आलो याचा अंदाज येत नव्हता बोरांच्या नादानं बराच लांबचा पल्ला आम्ही मारला होता. आता घर केव्हा गाठायचं हाच विचार करीत मी उभा होतो. गावाकडे तोंड करून मी उभा राहिलो असताना झेल्याचा बाबू म्हणाला,

"काय रं, काय बघतोस? बोरं फुरं झाली व्हय?"

"आता घरला कवा जायाचं?"

राजा हसून बोलला, "आज न्हाई जायाचं घरला!"

राजा खरं बोलत नव्हता हे कळूनही मन कचरलं. आणि आवाजात रडवा सूर मिसळून मी म्हणालो, "आई वाट बघत असंल आमची!"

"मग जा की तू एकटा! तुला कुणी बांधून घातलंय व्हय?"

इथनं एकट्यानं माघारी जाण्याची काही माझी छाती नव्हती. वड्या-वगळीनं हा माळ तुडवीत हितवर मी कसा आलो, हेच माझं मला कळत नव्हतं. तो काही शहरगावाला जाणारा नीटघोल रस्ता नव्हता. वेडीवाकडी माळाची ही वाट कशी गावापर्यंत गेली असेल, त्या वाटेनं एकट्याला नीट घरापर्यंत जाता येईल का, या गोष्टींचा विचार करीत, मी खिन्न चेहऱ्यानं उभा राहिलो, आणि मनात येऊ लागलं, मी का आलो अशीन? काय नडलं होतं एवढं?

बोरांनी माझे दोन्ही खिसे भरले होते; पण त्यांतलं एकही बोर तोंडात घालायची मला इच्छा होईना. हात खिशात घालून मी न बोलता उभा राहिलो. माझ्याकडं कुणाचंच ध्यान नव्हतं. समोरचं झाड झोडपण्यात सारी दंग झाली होती. मी खिन्न मनानं त्याच्याकडं बघत राहिलो. तशी बाबूला कणव येऊन तो म्हणाला, "अरं का घाबरतोस? अजून माप येळ हाय!"

...दिवे लागायच्या आत घरात आलं पाहिजे... पाय धुऊन देवाला नमस्कार कर... म्हणा, शुभं करोति कल्याणम...

अण्णांचा आवाज माझ्या कानावर येऊ लागला आणि माझी छातीच दडपून

गेली. मी तोंडातल्या तोंडात पुटपुटलो,

"दिवे लागायच्या आत मला घरात गेलं पाहिजे."

पुढं बोरं तोडता तोडताच राजा बोलला,

"मग लेका, तुला याला कुणी सांगितलं होतं?"

त्यासरशी मूठ भरून खिशातली बोरं बाहेर काढली आणि रागारागानं खाली भुईला फेकून दिली. एक खिसा रिकामा केला. तसा बाबू जवळ येऊन समजावू लागला,

"अरं लेका, रडतोस का असं? कोण न्हाई आलं तर मी येतो की संगं! मग झालं?"

खाली भुईला टाकलेली बोरं आम्ही दोघं मिळून पुन्हा वेचू लागलो. तर राजा म्हणाला,

"झेल्या, लेका तुला लई कळकळ येती रं त्याची? काय लगीन लावणार हैस काय त्यच्या संगं?"

माझी बाजू घेऊन झेल्या सांगू लागला,

"येळ नगो रं- चल जाऊ घरला. दीस मावळायला आला न्हवं? आणि त्यांचा अण्णा लई कडक हाय. म्हाईत न्हाई व्हय तुला? गाडीसंगं नळ्याची वरात निगंल-हैस कुठं तू?"

"व्हय वरात निगती! अशी रोज निगंल!"

"रोज निगंल? का न्हेलतं आमच्या पोराला म्हणून न्हाई साऱ्यास्नी उलटं टांगलं तर इचार की मला?"

काय असेल ते असो, झेल्याच्या ह्या बोलण्याचा परिणाम साऱ्यांवरच झाला अजून दिवस मावळला नव्हता; तरी सगळेच घरी जायला मागं वळले. चार शिव्या देऊन राजाही माघारी फिरला. घरच्या ओढीनं सगळेच पाय वेगानं उचलीत होते. येवढा मोठा पल्ला चालून माझे पाय सारखे भरून येत होते. पायांची बोटं दगडधोंड्याला ठेचाळत होती. ठेच लागून कळा येत होत्या. अंगाचा तोल जात होता, आणि तरी मी न बोलता सुसाट सुटलो होतो. राजा अधनंमधनं मला शिव्या देत होता. त्या मला वर्मी लागत होत्या पण त्याच्या तोंडाकडं न बघता मी खाली मान घालून मुकाट्यानं चाललो होतो. माझ्यापायी सगळ्यांचा हिरमोड झाला होता आणि माझ्या नावानं राजा सारखा चरफडत होता. माळ उतरून खाली आलो. गावही जवळ आल्यागत दिसू लागलं. चालही थोडी मंदावल्यागत झाली. आणि राजा मध्येच उभा राहून म्हणाला,

"काय गडबड लेकानू तुमची? अजून दीस बुडाला न्हाई आणि घोड्यागत का लागलाय पळायला?"

सगळेच उभे राहून जरा विसावा घेऊ लागले, तशी मीही पायाची धूळ झाडीत उभा राहिलो. बोटांत अडकलेली कुसळं काढू लागलो. अजून दिवे लागायला अवकाश होता. आता कसंही गेलो तरी वेळेवर घर गाठण्याची शक्यता होती. मनावरचा भार हलका झाला होता. मोकळ्या मनानं मी बोरं तोंडात टाकून आणि उभ्याउभ्याच खाली वाकून पायाच्या पिंढऱ्या चेपू लागलो. एवढ्यात राजा समोर बोट दाखवून म्हणाला, ''आयला काय रं जांभळं ही!''

सगळीच शेताच्या कडेला असलेल्या त्या जांभळाच्या झाडाकडं हपापल्या नजरेनं बघू लागली. राजा त्या झाडाकडं पळत सुटला. त्याच्या मागोमाग बाकीचीही पळू लागली. मग मी तरी एकटा कसा राहणार? एकापाठोपाठ एक झाडावर चढू लागला. सगळेच सरसर झाडावर चढले आणि फांद्यांतनं त्यांची तोंडंही दिसेनाशी झाली. मी वर मान करून एकटाच त्यांच्याकडं बघत राहिलो. दुसऱ्याच्या तोंडाकडं असं बघायची पाळी येऊन मला मनस्वी दुःख झालं होतं. पण करणार काय? वर तोंड करून आशेनं उभा होतो. घरी जायचंही भान राहिलं नव्हतं. झाडावरची ती काळीशार रसरशीत जांभळं बघून माझ्या तोंडाला पाणी सुटलं होतं. आशेनं मी तोंड उघडून वर बघत होतो.

झाडाच्या एका फांदीवरनं तोंडातलं बी माझ्या अंगावर टाकीत राजा म्हणाला,

''चढ की लेका वर.''

खजील होऊन मी मान खाली घातली आणि सदऱ्यावरचा डाग पुसत गप उभा राहिलो; पण मनात आग भडकत होती- मातीत खेळायचं नाही. गोट्यानं खेळायचं नाही, झाडावर चढायचं नाही, तर काय लोकांनी टाकलेल्या बिया खायच्या? ते काय भागायचं नाही... एकाएकी झाडाचा बुंधा मी दोन्ही हातांच्या कवळ्यात धरून वर चढण्याचा प्रयत्न करू लागलो; पण तो पायऱ्या असलेला जिना नव्हता! वर चढायचं कसं? झाडाला पायऱ्या कुठं होत्या? नुसतीच झाडाला मिठी मारून थोडा वेळ उभा राहिलो. काही केल्या वर चढता येईना. ही झाडं अशी उभी का असतात, ह्याचाच मला राग आला. भोपळ्याच्या वेलागत ह्यांना आडवं पसरायला काय झालं? माप मैल दोन मैल पसरा की- कोण नको म्हणतो? मनातला राग झाडावर काढण्यासाठी वर मिठी घालून खाली उगाच लाथा झाडत राहिलो, तसा राजा वरनं म्हणाला,

''ते काय लेका तुंप खायचं हाय व्हाय?''... मनात ह्या साऱ्या गोष्टींचा भयंकर राग आला होता; पण मूग गिळून गप बसणं भाग होतं. बाकीची पोरं हसली तसा मीही वरकरणी हसून गप उभा राहिलो. तोवर राजा म्हणाला-

''बरं लेका, वटा कर फुडं- ही घे जांभळं.''

जांभळं घे म्हणताच गडबडीनं मी वटा पुढं धरला! सदरा दोन्ही हातांनं वर

धरून, मी त्याच्या तोंडाकडं बघू लागलो आणि राजा आपल्या हातातली जांभळं मला दाखवून टुक टुक माकड करत म्हणाला, ''हॅ हॅ रे लेका! वटा फुडं कर म्हटला की केला!''

हातातला सदरा मी खाली सोडला. आणि त्या तावात एकटाच गावची वाट धरून चालू लागलो. एक कासराभर अंतर चालून गेलो, तशी झाडावरची पोरं ओरडून म्हणाली, ''अरं थांब की- आम्हीबी आलो.''

मी मागं न बघता तसाच पुढं निघालो, तशा सगळ्यांच्याच हाका जोरानं कानावर येऊ लागल्या. शेत ओलांडून मी बाहेरच्या मुख्य रस्त्यावर आलो आणि पोरं झाडावरनं खाली उतरली. राजा वडगाव्याही खाली उतरला. ती सगळीच माझ्या मागं पळत येऊ लागली.

माझ्याजवळ येऊन राजानं विचारलं,

''कुठं हाय शेंडा?''

मी म्हटलं, ''कसला शेंडा?''

''तुझ्या नाकाचा!'' असं म्हणून एक जांभळानं भरलेली मूठ माझ्या पुढं करीत त्यानं विचारलं, ''एवढा राग याला काय झालं? धर जांभळं... अरं धर की लेका...'' असं म्हणून बळजोरीनंच त्यानं मला जांभळं घ्यायला लावली. मी जांभळं घेऊन चालू लागलो तसं माझ्या गळ्यात हात घालून चालता चालता तो कुचेष्टेनं बोलू लागला,

''आमचा दोस्त हाय रं ह्यो! कुणी काय बोलायचं न्हाई ह्याला बरं का!

गाडीच्या जूंगत त्याच्या हाताचं ओझं माझ्या मानेला सहन होत नव्हतं. त्यात आपल्या अंगाचा सारा बोजा माझ्यावर टाकून तो चालू लागला. त्याच्या हाताखाली सापडलेली माझी मान मी कशीबशी सोडवून घेतली. आणि दोस्ताला म्हणालो, ''दिस मावळला, आता चल लवकर.''

राजाही दोस्तीखातर म्हणाला, ''चला रं, जरा पाय उचला.''

आम्ही सगळेच दुडक्या चालीवर पळू लागलो. दिवस नुकता मावळला होता. अंधार पडायला अजून अवकाश होता. हवा छान सुटली होती. असाच आणि जरा झटका मारला की वेळेवर घर गाठायला हरकत नव्हती. गाव जवळ येत होतं. एवढ्यात आडरानात घुसून राजा म्हणाला, ''या. असं मधनं जाऊ.''

''हिकडं कुठनं?''

''ये माझ्या मागनं म्हणजे झालं.''

मागं राहिलेला बाबू ओरडून म्हणाला,

''अरं तिकडं वडा लागत न्हाई व्हय आडवा? गप चला की नीट वाटनं जाऊ.''

“या की लेकानू गप. जवळच्या वाटंनं जाया लागलोय तर चौकशी किती!”

नाइलाजानं आम्ही सगळे आडरानात घुसून, राजाच्या मागनं जाऊ लागलो. विनाकारण ह्या आडवाटेनं जायची पाळी आल्यामुळं सगळे मनात चरफडत होते. माझी तर पहिल्यापासनंच कपाळाची तिडिक उठली होती. राजाचं नावसुद्धा नको वाटत होतं, पण नाइलाजानं त्याचीच पाठ धरायची पाळी आली होती.

त्या आडवाटेनं थोडं अंतर चालून गेलो आणि पुढं पळता पळताच राजा म्हणाला,

“वडा आला रं.”

गावचा ओढा दहा पावलांवर असताना राजानं झटका मारला आणि “जय बजरंग!” अशी आरोळी ठोकून अच्यात ओढ्याच्या पलीकडं जाऊन तो उभा राहिला. त्याच्या पाठोपाठ झेल्याच्या बाबूनंही उडी मारली. मी मात्र पायवाटेनं आडवी आलेली, घायपाताची पानं बाजूला करीत ढुंगण टेकून बेतानं खाली उतरू लागलो, तसा राजा ओरडला,

“हाट लेका! उडी मारून ये की. ह्यन्न हैस काय? गंड असंल त्यो उडी मारून ईल आणि ह्यन्न असंल त्यो खाली उतरून ईल!”

सगळेच उड्या मारून गंड झाले आणि ह्यन्न व्हायची पाळी फक्त माझ्यावर आली. ढुंगण टेकून मी बेतानं खाली उतरत होतो, हे बघून राजा पुन्हा म्हणाला, “हे ह्यन्न झालं रं! ह्यन्न बघा!”

ओढा उतरून मी खाली आलो होतो, तो पुन्हा ओढा चढून वर गेलो. चांगली पंधरा-वीस पावलं मागं गेलो आणि त्या तावात उडी टाकायला पळत सुटलो. अंगात एक प्रकारची वीरश्रीच आली होती. ह्यन्न म्हणून घ्यायचं म्हणजे काय? मग जीव ठेवायचा तरी कशाला? काय होईल ते होईल ह्या इराद्यानं मी उडी टाकायला पळत सुटलो. ओढ्याची अलीकडची कड जवळ आली, आता उशी घेऊन उड्डाण घ्यायच्याऐवजी जागच्या जागीच थबकून उभा राहिलो. चकित होऊन खाली बघू लागलो.

डोंगराच्या कडदोऱ्यावर उभं राहून खालच्या दरीकडं बघावं तसं भेसूर चित्र डोळ्याला दिसू लागलं. पुरुष-दीडपुरुष खोल असलेला तो ओढा पाय धरून खाली ओढतोय असं वाटू लागलं. तोल जाऊन आत ढासळतोय असं वाटताच स्वत:ला सावरून नीट उभा राहिलो. एकेक गोष्ट डोळ्यांनी टिपू लागलो. जागजागी कोचीचे भलेदांडगे दगड पडले होते. त्यांच्या अंगावरच वाळलेलं पोपटी शेवाळ एखाद्या जीर्ण झालेल्या वस्त्रागत दिसत होतं. मधल्या लवणात वाळूचा पाट वाहत होता. त्यात वटे भरून घ्याव्यात अशा सुरेख गारगोट्या होत्या. त्या वेचायला घायपाताचे हात खाली आले होते. त्यांची काळीभोर टोकं डाभणागत दिसत होती. अधनंमधनं

पडलेल्या घाणेरीच्या वाळलेल्या लांबसडक काटक्या बेवारशी प्रेतागत दिसत होत्या. ही एकेक गोष्ट न्याहाळीत मी उभा राहिलो आणि माझं काळीज वरखाली होऊ लागलं. छाती धडधडू लागली. पायाला मुंग्या आल्यागत होऊन मी तिथंच उभा राहिलो आणि ओढ्याच्या पलीकडं असलेली पोरं आवाज देऊन म्हणाली,

"आरं, मार की उडी. काय भितोस एवढं जिवाला?" आणि एक जण बोलला,

"काय आई-बाला एकटाच न्हाईस- हाण!" आणि काय झालं कुणास ठाऊक, विझलेली वात एकाएकी चेतवली गेली. पाय आपोआप उचलले. कानात वारं शिरावं तसा मी मागं पळत सुटलो. चांगली वीसपंचवीस पावलं अंतर कापून गेलो आणि गर्र्रकन मागं वळून उभा राहिलो. लांब राहिलेली ती पोरं मला खिजवण्यासाठी अजून हसत होती. मी मनात म्हटलं, "थांबा भडव्यांनो!" आणि दात खाऊन अवसान आणलं. काय होईल ते होईल, उडी ठोकायची- मागंम्होरं बघायचं नाही, असं ठरवून दोही हातांच्या मुठी घट्ट आवळून धरल्या आणि घोड्याचा लगाम धरल्यागत दोन्ही हात छाती पुढं करून चवड्यावर उभा राहिलो. ओढ्यापल्याडची पोरं माझ्यावर नजरा रोखून उभी होती. दात खाऊन एकवार त्यांच्याकडं बघून घेतलं आणि पायाला झटका देऊन ओढ्याच्या दिशेने धावत सुटलो. त्या मघाच्या जागेपर्यंत तोफेच्या गोळ्यागत गेलो आणि ज्या ठिकाणी उशी घेऊन उड्डाण मारायचं, नेमकं त्याच ठिकाणी ते कोचीचे दगड एकदम डोळ्यापुढं येऊन मन कचरलं. एकाएकी पाय गळून गेले. अंगात आलेलं अवसानच नाहीसं झालं; पण आता माघार घ्यायची नव्हती. समोर पोरं हसत होती. हातपाय गळले तरी उडी ठोकायची हे ठरलं होतं. जीव गेला तरी बेहत्तर! त्यासरशी डोळे मिटून मी उशी घेतली. एक पळभर शरीराचा गोळा अंतराळी झाला. पाय कुठं टेकावेत हे कळलंच नाही. कुठंतरी खाली कोसळतोय असं वाटलं न वाटलं तोच खालच्या लवणात जाऊन आदळलो. डोळे आधीच झाकले होते ते गच्च झाकून घेतले... अंगाखालची वाळू टोचू लागली तसे मी हलकेच डोळे उघडले. सगळी पोरं माझ्याभोवती गोळा झाली होती. त्यांच्या तोंडचं पाणी पळालं होतं. काय बोलावं हेच कुणाला कळत नव्हतं. सगळेच तोंडाला कुलूप घालून उभे होते. मी डोळे उघडले हे बघून एक जण म्हणाला,

"कुठं लागलं का रं?

माझ्या एका खुब्यातनं बेजान कळ येत होती. अंग हलवता येत नव्हतं. कळ आतल्या आत सोसत मी तसाच उठून बसलो. मी उठून बसलो तशी पोरं हसाय लागली. त्यांना कसलं हसू फुटत होतं कुणाला दक्कल! खुबा चोळता चोळता मी एकवार सगळ्यांचे चेहरे न्याहाळले. मघाची चिंता नाहीशी होऊन त्यांचे चेहरे पुन्हा

उजळले होते. दाडवानं हलत होते. माझं मस्तक मात्र भणभणत होतं. जीव आतनं तगमगत होता. एक हात खुब्यावर ठेवून आणि कळ आवरून मी उठू लागलो. मला उठता येईना असं पाहून थोराड अंगाचा राजा पुढं येऊन म्हणाला,

"पाटकुळीवर बसतोस का? चल, बस पाटकुळीवर."

मी आधीच संतापून गेलो होतो. टाळकं भिरमिटलं होतं. कुणी तरी मुस्काडीत मारावी तसा मला त्याचा राग आला. पाटकुळीवर घ्यायला राजा पुढं आला आणि पाठ माझ्याकडं करून खाली वाकला, त्यासारशी खुब्यातली कळ एकदम निघून गेली. मी दोन्ही पायांवर ताठ उभा राहिलो. मस्तकातली आग पायांत उतरली आणि एक पाय हवेत उचलून समोर वाकलेल्या राजाच्या ढुंगणावर लाथ लगावून म्हणालो,

"तुमच्या आयला, तुमच्या! न्हाई उडी मारून दावली तर माझं नाव बदला!"

त्या तिरिमिरीत लंगडत्या पायानं मी उडी मारायला पुन्हा ओढा चढून वर जाऊ लागलो तशी बाकीची पोरं पार पळून गेली. मला एकट्याला तिथं सोडून निघून गेली. माझी उडी बघायला तिथं कोणी राहिलंच नाही!

■

खोड

मांजऱ्याच्या पोटाला एकच पोर झालं आणि मांजऱ्या एकाएकी मरून गेला. रखमा मांजरिणीनं हातांचा पाळणा करून आपल्या पोराला लहानाचं थोर केलं. मांजऱ्याचा बाबू वयात आला, कर्तासवरता झाला, तेव्हा त्या रांडमुंडबाईनं आपल्या डोळ्यादेखत, लगोलग त्याचं लगीनसुद्धा करून टाकलं. पोराचे दोनीचे चार हात झाले. आता सुखानं एक घास खायला ती मोकळी झाली. दोन वेळा सुनेच्या हातची भाकरी खाऊन आपलं गुमान बसल्या जाग्यावर बसून रहायचं आणि देवाचं ध्यान करायचं, असा तिनं विचार केला.

पण असं एका जागी बसून सुख भोगायलाही नशीब लागतं. त्याला सून गुणाची मिळायला लागते. रखमा मस्त राज भोगावं म्हणत होती! खरं तिच्या सुनेनं ते भोगू द्यायला नको?

ही मांजऱ्याची सून नाकाडोळ्यांनी चांगली. वाणही गोरापान. खरं हे सगळं असून करायचं काय? काय चाटायचं आहे त्याला? आतला गाभाच जर कडू, तर वरचं टरपाल घेऊन काय करायचं?

मांजऱ्याची सून- रंगू सरळ नांदंनाच झाली. जरा काय व्हायची फुरसत की पळालीच माहेराला! आता बायको पळून जाती म्हणजे केवढी नापत! नवऱ्याला खाली बघायची पाळी!

लोक तर काय कमी! माणसातनं उठवायची पाळी आणायचे. एकांतनं दहा अर्थ काढायचे. अर्थ लावावा तसा सूर निघतो. त्यात ती बयाही होतीच तशी!

आपल्या चारचौघींगत ती साधी नव्हती. महा थेर करायची. उभाऱ्या अंगाची रंगू आधीच पाडाच्या आंब्यागत रसरशीत दिसायची. त्यात ती वाकडा भांग आणि

कानावर फुगे पाडायची. मुरळीगत उगीच नाचायची. भारीभारी लुगडी फाडायची. आणि तरण्या गड्याकडं बेधडक नजर उचलून बघायची. भल्याभल्यांना लाजवायची...

मांजऱ्याचा बाबू तिच्या मानानं किरकोळ. आपलं कुणाबरोबर एक नाही, दोन नाही. आईच्या पदराखाली वाढलेलं पोर. आपला बाळबोध माणूस. वस्तऱ्यानं डोकं खरडून घ्यायचा आणि जाडीभरडी धडुतं फाडायचा. आपलं रान भलं की आपण भलं. कधी कुठं जायाचं नाही, यायाचं नाही; भांडण नाही, तंटा नाही.

अशा ह्या बाबूला आता बायकोशी कसं वागावं हे एक कोडंच पडलं. लोक त्याला म्हणायचे, "तुला लेका, रागच न्हाई. बायकू पळती पळती म्हंजे काय साँग हाय हे! सैल सोडतोस म्हणून असं. ठोक की लेका चांगली, म्हंजे कुठंवर पळंल? अरं, पायांतली व्हान पायांतच पायजे. ती डोस्क्याव् घेऊन कसं चालंल?" पण असं शिकवायला बाबूला काय कळत नव्हतं हे? तो तर काय येवढा बोळ्यानं दूध पीत नव्हता. वचक म्हणून तो बायकोला मारायचा. चार रट्टं घालायचा. वादाडात द्यायचा. आता तिचं तो हातपाय मोडत नव्हता येवढंच! एकदा तर नाल ठोकलेल्या पायतानानं ठो-ठोकली होती त्यानं. खरं बायकू अशी गुणाची की आणि पळून गेली!

आता ह्या गतकाळीपुढं त्यानं करायचं काय? शहाण्यानं वागायचं तरी कसं? तिला नांदवायची कशी? बरं, गेली तर गेली असं म्हणून तरी आता कुठं चालतंय? पोरींना काय तोटा नाही, साऱ्या मुलखात तेच पीक आहे. हे खरं, पण आता आठ आठ बायका करून घ्यायला जुना काळ कुठं राहिलाय! कायदा आड येतोय त्याला कुणी तोंड द्यावं? कुठं वकील आणि फकील करत बसावं, म्हणून बाबू कोर्टाची पायरी चढत नाही. आणि कोर्टात जाऊन तरी काय? पदरमोड करूनच्या करून आपलंच हासं आपणच जगाला दाखवायचं! तेव्हा बाबू आपल्या गुळण्या गिळत गुमान बसून राहिला. आज येईल, उद्या येईल, असं मनाशी म्हणत तिची वाट बघू लागला.

पण असं कुठवर गप बसणार? कड काढायचा तरी किती? म्हातारी ठकल्याली. बसल्याली जागा तिला उठवत नव्हती. मग घरात भाकरी कुणी भाजायच्या? वरची कामं कुणी करायची?

बाबू वाट बघून बघून दमला, आणि अखेर शेवटी आपण होऊनच एक दिवस उठला. लाज सोडून गुमान बायकोच्या गावाला गेला. तिला घेऊन आला. ह्या वेळी त्यानं हाणामारी केली नाही. गोड बोलून चार समजुतीच्या गोष्टी सांगितल्या. 'सुसरबाई, तुझीच पाठ मऊ' असं म्हणायची पाळी आली. मग सासू तर काय करती? काय करणार बिचारी? मंगळून राहू लागली. बोलावं वाटलं तरी आतल्या आत दाबून टाकून दिवस ढकलू लागली. कुणीकडून तरी गाडी सुराला लागावी

म्हणून कोण काय बोलेना झालं.

पण रंगू सुधारली नाही. तिचं आपलं मागं तसं पुढं चालूच होतं. कोण काय बोलत नाही म्हणून भाद्दरीन तासतासभर केस विंचरत बसायची. रस्त्यावर कुणी खाकरलं की बाहेर डोकवायची. सासू हे सगळं बघायची. खरं करणार काय? तोंडाला कुलूप घालून गप्प बसून राहायची. आज नाही उद्या देव तिला बुद्धी देईल अशी आपल्या मनाची समजूत घालायची.

पण हे तिचं वागणं बघून जवळपासच्या बायका कुचकुचायच्या. तोंडाला पदर लावून हसायच्या.

तरणी पोरं म्हणायची, "आरं, मांजराच्या बाबूला ही बाई कुठली झेपतिया! हे कॅट कशाला राहिलं रं त्याच्याजवळ?"

मग तर्क निघायचे-तिचं माहेरात कुणाशी तरी सूत असलं पाहिजे... ती कुणाबरोबर तरी जात असली पाहिजे...

काय असेल ते असो. खरं-खोटं तिला माहीत. पण मांजऱ्याच्या सुनेचं ह्या सासरातल्या घरात चित्त नव्हतं हे खरं. तिचं कशात ध्यानच नसायचं. निव्वळ खुळं म्हटलं तर चाललं. कधी आमटीत चटणी घालायची ती हूं म्हणून! खाताना डोळ्यांतनं पाणी यायला पाहिजे अशी! मीठ घालायचं ते असं की एकदा खाल्ल्यावर चार दिवस तिकडं बघायला नको! भाकरी कधी करपायच्या, तर कधी हिरव्यागार-नुसतं पीठ खाल्ल्यागत!

हे सगळं बघून बाबूला विचार पडायचा. आता हिच्यापुढं कसं करावं? हिला सांगावं कसं? तडातडा बोलावं नाहीतर चार लाथा घालाव्यात तर पळून जाईल. आता करावं काय? धरलं तर चावतंय, सोडलं तर पळतंय- सगळं अशुद्ध आणि अवघड!

पण ह्याचा फायदा ती बाई रोज जास्त जास्तच घेऊ लागली. तिच्यावरची हुकमतच उडाल्यागत झाली. नावनाव तीच ह्यांना धाक दाखवू लागली. तिनं अडसाटाच घेतला, मग आता हे काय करणार?

पण एक दिवस तिला कसं शहाणपण आलं कुणास ठाऊक, बाबूबरोबर ती शेतावर गेली. ते उन्हाळ्याचे दिवस होते. बाबू कुळव मारत होता आणि ती सड वेचत होती. बाबूला वाटलं, आता गाडा लागला सुराला. पण डोक्यावर ऊन घेऊन काम करणारी रंगू ऊन खाली झालं तसं एकाएकी काम सोडून गप बसली. तिच्या माहेराची वाट त्याच शेतावरून गेली होती. त्या वाटेकडे डोळे लावून ती बसून राहिली.

थोडा वेळ बघितलं तरी दगडागत आपल्या जाग्यालाच ती बसून राहिली. तेव्हा त्यानं कुळव थांबवून विचारलं, "काय ग, दमलीस काय?"

यावर एक नाही- दोन नाही.

मग बाबूनं आणि विचारलं, तरी ती गप्पच! अरंच्या बायला? हे काय? हिला झालं तरी काय?

मग आवाज चढवून तो म्हणाला, "काय झपाटलं काय तुला? वाचा कशानं गेली तुझी?"

तर काय बायकू असंल? तरी ती तशीच बसून राहिली. राहिली राहिली आणि ती बेदरकार बाई एकाएकी उठून चालाय लागली.

आपल्या माहेरच्या वाटेनं ती धूम सुटली!

बाबू आडवा होऊन म्हणाला, "एऽऽ, कुठं चाललियास!"

तरी ती बोलायला तयार नाही. पुढं बघून ती तशीच सुसाट सुटली. तिला कोणाचं भय उरलं नव्हतं. दरकार नव्हता. तेव्हा पुढं होऊन बाबूनं तिचं मनगट धरलं आणि झोला मारून विचारलं, "रंगे, बऱ्या बोलानं मागं फीर!"

रंगू मारक्या म्हशीगत तुंबून उभी राहिली. मटा कुऱ्यात बोलली, "म्हायारला चाललोया म्या!"

"तिथं काय गटळं पुरलया तुझं?"

"आई-बा न्हाईत काय माझं? मला आटवान झालीया, म्या जानार."

बाबू म्हणाला, "तू जा खरं. तुला नगं कवा म्हटलंय. पर इचारून न्हाई का जायाचं?"

"तुमच्या म्होरंच चाललूया न्हवं? आणि काय इचारायचं?"

आता बाबू काय बोलणार? मग त्यानं डोकं लढवलं. फार दिवस हेरून ठेवलं होतं तसं करायचं त्यानं ठरवलं. तो वरकरणी हसून म्हणाला,"अग, तू अशी न बोलतासवरता गेलीस तर लोक म्हणतील, तू पळून गेलीस. तवा थांब. मी गाडी जोडतो. चांगली गाडीत बस आणि मग चल की."

आणि खरंच त्यानं गाडी जोडली आणि बायकोला घालवायला तो निघाला. लाजमुडी रंगू खुशाल गाडीत बसून चालली की!

वाट तासाची होती. अजून दिवस वर होता. या तिच्या माहेराच्या वाटेवर मध्ये कृष्णा नदी लागते.

गाडी कृष्णेजवळ आली. तास उतरून खाली गेली. तशी वाळू लागली. जिकडं बघावं तिकडं वाळूच पसरली होती. बैलांचे खूर वाळूत बुडू लागले, चाक वितवितभर घुसू लागलं. तशी बाबूनं गाडी उभी केली. रंगूनं विचारलं, "का हो, काय झालं?"

दूरवर एका बाजूला एकटक बघत तो बोलला, "काय पडलंया वाटतं बघ तिथं-"

"कुठं ते?"

"ते बग काय चमकतंया... जरा खाली उतरून बघून ये बगू."

"पर कुटं म्हंता?"

"ते बग तिथं-" जिथं वाळूत चांगला पाय घुसेल अशा जागी त्यानं तिला बोट करून दाखवलं. रंगू खाली उतरली आणि "कुटं, हित्तं? कुटं हित्तं?" असं विचारत ती पुढं पुढं चालली. जशी ती पुढं जाई तसे तिचे पाय वाळूत खोल रुतत होते. एक पाय उपसून काढल्यावर मग ती दुसरा पाय टाकायची आणि विचारायची, "कुठं म्हंता?"

बाबूनं कासरे गाडीच्या बावकड्याला अडकवले आणि चाबूक हातात घेऊन तो म्हणाला, "अग, तुझ्या पायांतच की, एवढं तुला दिसंना? आलो थांब."

ती भाबडी खाली पायाजवळ बघत उभी राहिली आणि बाबूनं दातओठ खाऊन पहिला चाबूक तिच्या पायावर हाणला. त्यासरशी दोन्ही हात तोंडावर घेऊन पळण्यासाठी ती पाय उचलू लागली, पण त्या वाळवंटातून तिचा पाय उचलतोय कुठं?

"अग आईऽऽईई- मेलो ग बाई ऽ ऽ" असा आकान्त करीत रंगी साऱ्या वाळूतनं नाचाय लागली. आणि बाबू दात खाऊन चाबूक उडवायचा आणि म्हणायचा, "पळून जातियास न्हवं? मग आता पळ की! बघू या किती पळतीस? पळ!"

रंगीच्या पायांत वरुटे आले. ती उभ्यानं खाली धाडकन पडली. तरी बाबू कुडपत राहिला. अखेर शेवटी रंगीनं डोळं पांढरं केलं तेव्हा तिला उचलून त्यानं गाडीत घातलं आणि गाडी फिरवून तो घरी आला.

...दुसऱ्या दिवशी सकाळी येरवाळीच उठून बाबू कामाला लागला. रंगूची सासू सुनेची वाट न पाहता स्वत:च उठली आणि पारसु करू लागली. चूल पेटवली. चहा केला आणि सुनेला तिथं बसूनच हाक मारू लागली.

तर होयही नाही आणि नाहीही नाही.

"अगं, वकूत झाला- ऊट ऊट." असं ती चारदा म्हणाली.

तरी 'ओ' नाही.

मग उठती का कसं हे बघावं म्हणून ती तिच्या अंथरुणाकडे गेली. तर अंथरूण रिकामं!

तिला खरं वाटेना म्हणून तिनं खाली वाकून अंथरूण चाचपून पाहिलं आणि मग मटकन खाली बसून ती गळा काढून म्हणू लागली, "अरं माझ्या भोगा ऽ ऽ अरं माझ्या नशिबा ऽ ऽ अशी कसली रं सून देवा मला दिलीस?"

■

कायम टवटवीत राहतील अशा कथांचा संग्रह

ताजमहालमध्ये सरपंच

शंकर पाटील

शंकर पाटील यांनी कथा, कादंबरी, ललित लेख, वगनाट्य
असे विविध साहित्यप्रकार हाताळले असले
तरी ग्रामीण कथाकार म्हणूनच ते अधिक लोकप्रिय झाले.
'ताजमहालमध्ये सरपंच' हा कायम टवटवीत राहतील
अशा कथांचा संग्रह. या कथा म्हणजे खुसखुशीत विनोदाआडून
घडवलेलं वास्तवदर्शनच! या संग्रहातील कथांमधून
ग्रामीण राजकारण, जीवनशैली तसंच समाजातील
काही नमुनेदार नगांचं चित्रण आढळतं.
प्रत्येक कथा चटपटीत संवाद आणि चुरचुरीत
विनोदाने बहरलेली दिसते.
ती ठरवून लिहिलेली नाही तर उत्स्फूर्त वाटते.
सहजता आणि सोपेपणा या वैशिष्ट्यांमुळं
या कथा वाचकाच्या मनाला भिडतात.

www.ingramcontent.com/pod-product-compliance
Lightning Source LLC
Chambersburg PA
CBHW071143250626
47159CB00006B/2273